TAGALOG SHORT STORIES FOR BEGINNERS

20 Captivating Short Stories to Learn Tagalog & Increase Your Vocabulary the Fun Way!

Easy Tagalog Stories

Lingo Mastery

www.LingoMastery.com

Free Book Reveals the 6-Step Blueprint That Took Students **from Language Learners to Fluent in 3 Months**

- **6 Unbelievable Hacks** that will accelerate your learning curve

- **Mind Training:** why memorizing vocabulary is easy

- **One Hack to Rule Them All:** This secret nugget will blow you away...

Head over to **LingoMastery.com/hacks**
and claim your free book now!

CONTENTS

INTRODUCTION

If you're reading this, you're probably interested in learning Tagalog or expanding your existing Tagalog language skills. Excellent, because that is exactly what this book has been designed to help you with, in the most engaging, fun way! It is well-known that a language is best learned and retained when it is meaningful and presented in context, which is why short stories are such a great tool to use when you're learning a new language.

Tagalog is spoken by about 20 million people as a native language, and largely spoken on the islands of Luzon, where Manila, the capital of the Philippines is located. Tagalog is also spoken in other parts of the world, there are over 400,000 Tagalog speakers in Canada and about 1.6 million speakers in the United States, making Tagalog the fourth most-spoken language in the country.

One advantage in visiting the Philippines is that you can get by with English. At least, it's one of the reasons cited by the bulk of foreigners enjoying vacations in the country and catching some good sun, sand and surf in Boracay, Cebu, Palawan or another one of the awesome beaches. However, if you want to stand above the rest of the visitors, invest some time in learning some Tagalog words. Definitely, you'll be stamped in the minds of locals as "the foreigner who can speak Tagalog" for all eternity.

You might be learning Tagalog because you're moving to the Philippines or to a Tagalog-speaking community in other parts of the world, because your partner or someone else in your family speaks Tagalog, or out of pure linguistic interest. Improving your

Tagalog is especially important if you are moving to the Philippines for work, study or family, because even though Filipinos speak excellent English, it's by no means possible to integrate completely without speaking Tagalog well.

Languages are intricately linked to a country's culture, so in order to really understand a culture's finer aspects, you need to be able to speak the language well.

We'll now elaborate on how this book can help you on the way to mastering Tagalog in a way that doesn't feel like you're "studying" at all!

What the following book is about

We've written this book to provide you as a Tagalog learner with concise, captivating stories that occur in a range of settings across the Philippines. The main characters vary in age and background, as do the topics and plots of the stories, making them very relatable and engaging every time.

Special attention was paid to the length, vocabulary level and grammatical complexity of the language used in the stories so that they're perfect for upper basic and lower intermediate levels. Besides, the type of language used is very natural, with plenty of dialogues, which reflect conversations in real life very closely and will, therefore, support the improvement of both receptive (reading and listening) and productive (speaking and writing) language skills.

Our goal with this book is to supply you with useful, entertaining, helpful and challenging material that will not only allow you to learn the language but also help you pass the time and make the experience less formal and more fun — as any good language lesson should be. We will not bore you with grammatical notes, spelling or structure: the book has been well-written and revised to ensure that it covers those aspects without having to explain them with complicated rules as textbooks do.

It would be a mistake to think stories only entice children: they work in very much the same way for adults! The context of each story will introduce a lot of vocabulary in a very natural way, and the characters and plot will give it meaning and help you store the vocabulary in your memory. The protagonists will learn valuable life lessons, experience surprising events, live through difficult moments, and maybe even fall in love, and you'll remember the words used to describe their experiences through the emotions attached to them.

How *Tagalog Short Stories for Beginners* has been laid out

Each chapter revolves around a story that was purposefully set in a very different background to the previous, enabling us to introduce a wide range of vocabulary every time.

Every chapter consists of the following:

1. A story about a familiar situation that you can easily read in one sitting which never includes more than a few characters, making it easy to follow the storyline and take in the vocabulary.
2. A short summary of the story's main events both in Tagalog and English, which is a first tool to help you corroborate your understanding.
3. A vocabulary list with the English translation of the words that were highlighted in the text. We've made sure that new vocabulary is accumulative, meaning that new words only appear highlighted once, and other words are prioritized in subsequent chapters.
4. A list of five multiple-choice questions about each text with their respective answers to help you double-check your comprehension, which also serves to teach you some more vocabulary as it appears in the questions and answers.

This format has proven to work very well since the length of the stories is very manageable and gives you just the right amount of vocabulary to take in, every time. The book has been designed for you to use autonomously without any outside help, apart from perhaps an additional dictionary.

4

Recommendations for readers of *Tagalog Short Stories for Beginners*

Before you begin reading, we have a quick list of recommendations, tips and tricks for getting the best out of this book.

1. Read the stories without any pressure: feel free to return to parts you didn't understand and take breaks when necessary. This is like any fantasy, romance or sci-fi book you'd pick up, except with different goals.

2. Feel free to use any external material to make your experience more complete: while we've provided you with plenty of reading to help you learn, you may feel obliged to look at textbooks or search for more helpful texts on the internet — do not think twice about doing so! We even recommend it.

3. Find other people to learn with: while learning can be fun on your own, it definitely helps to have friends or family joining you on the tough journey of learning a new language. Find a like-minded person to accompany you in this experience, and you may soon find yourself competing to see who can learn the most!

4. Feel free to highlight specific expressions or parts of phrases that are used to use these yourself. The dialogues have been written in a very natural way and closely resemble everyday conversations in Tagalog, and if you use them the next time you speak or write Tagalog, you'll instantly sound more like a native speaker!

Free Book Reveals the 6-Step Blueprint That Took Students **from Language Learners to Fluent in 3 Months**

- **6 Unbelievable Hacks** that will accelerate your learning curve

- **Mind Training:** why memorizing vocabulary is easy

- **One Hack to Rule Them All:** This secret nugget will blow you away...

Head over to **LingoMastery.com/hacks**
and claim your free book now!

CHAPTER 1

ANG LUMANG DYIP SA KALYE MAPAYAPA

Sa Kalye Mapayapa na lumaki at nagkaisip ang batang si Tonyo. **Taliwas** sa totoong kahulugan ng **"mapayapa"** ang paligid na kinalakihan ni Tonyo. Ito ay sa kadahilanan na ang kanilang lugar ay laging **maingay**, ang mga tao ay laging **nagsisigawan** at **nagbabangayan**. Kasama niya sa maliit na **barong-barong** ang kaniyang ama, ina at nakababatang kapatid. Ang kabuhayan ng kaniyang ama ay paggawa ng gamit pambahay tulad ng **aparador** o **sopa**. Sa 'di kalayuan, naroon ang isang bakanteng lote kung saan nakaparada ang lumang dyip na animo'y maraming **sikretong** tinatago.

Tanyag sa buong lugar ang lumang dyip na iyon. Walong katao ang namatay at sampu naman ang nasugatan sa aksidenteng kinasangkutan nito, halos isang taon na ang nakalilipas. Ang **dyip** ay **minamaneho** ni Kapitan Juan, na isa rin sa mga sinawing palad sa **aksidente**. Ang **malungkot** na pangyayari ay naganap sa gitna ng **negosasyon** ng **gobyerno** at mga residente ng Kalye Mapayapa. Nais ng gobyerno na ilipat ng lugar ang mga residente sapagkat ang kalye ay gagawin ng riles ng tren, ngunit, **naninindigan** ang mga residente na hindi sila maaaring ilipat ng lugar dahil ang kanilang mga kabuhayan ay malapit sa lugar na iyon.

Halos isang taon nang maganap ang aksidente...

Ngunit ang imbestigasyon sa totoong nangyari ay hindi pa rin natatapos. Tila hindi **kumbinsido** ang punong imbestigador na aksidente ang pagkawala ng preno ng sasakyan. Sinisilip ang anggulong ito'y **sinadya**.

Malinaw sa isipan ni Tonyo na ang aksidente ay naganap noong mga panahon na sinusubukang **kumbinsihin** ni Kapitan Juan ang mga residente na sumunod sa nais ng gobyerno. Hindi rin maitatago kay Tonyo ang **lumaganap** na kwento na nakatanggap ng malaking halaga ang Kapitan kaya ito ay pumanig sa gusto ng gobyerno.

Isang gabi, inutusan si Tonyo ng kaniyang ama upang kunin ang naiwang **bakal** sa bakanteng lote. Habang papalapit sa lumang dyip na nakaparada sa bakanteng lote ay narinig niya ang pag-uusap ng dalawang lalaki.

"Sa susunod na linggo ay pupunta na naman ang punong imbestigador upang muli ay magtanong-tanong bago isarado ang kaso. Siguraduhin mong walang magsasalita. Ang dyip ay luma na at makatotohanan lang na ito'y biglang nasira." Hindi nakilala ni Tonyo ang boses o nakita ang mukha ng mga nag-uusap ngunit umuwi siyang dala ang isang **palaisipan**, "bakit walang dapat magsalita?"

Pag-uwi sa bahay ay hindi naiwasan ni Tonyo ang magtanong, " 'Tay, ano po kaya ang totoong nangyari at naaksidente ang dyip na minamaneho ni Kapitan Juan?" Nabigla ang ama sa tanong ng kaniyang anak at bago pa siya nakaiwas sa tanong, ipinagtapat ng bata ang narinig niya. Batid ng ama na hindi hihinto sa kakaisip at kakatanong ang anak kaya napilitan siyang **aminin** ang nalalaman.

"Pinapaalis na tayo ng gobyerno sa kalyeng ito. Nais tayong ilipat sa isang lugar kung saan malayo sa kabuhayan ng mga taga rito. Ang balitang nabayaran ng malaking halaga si Kapitan Juan upang kausapin tayo ay kumalat at **ikinagalit** ng mga **maaapektuhan**. Ang totoo, **pinulong** ni Mang Karyo ang mga ama ng tahanan at pinagplanuhan ang paghihiganti kay Kapitan. Ngunit, anak, maniwala ka, hindi ko alam na ganoon pala ang plano nila. Hindi ko man gusto na umalis sa lugar na ito, hindi rin naman kaya ng konsensya ko ang isipin na may mga taong mamamatay."

Nabigla si Tonyo sa mga narinig. Hindi niya lubos maisip na sumama sa ganoong pulong ang ama. Biglang nagbalik sa alaala ni Tonyo ang mukha ni Pedro, anak ni Kapitan Juan at kaniyang kaibigan, habang ito ay nasa harap ng bangkay ng ama. Labis ang **pagkahabag** niya sa aksidenteng sinapit ng ama.

Lumipas ang mga araw na may **pangamba** at sumbat ng **kunsensya** si Tonyo. Dumating nga ang imbestigador at nagtanong-tanong. Umaasa si Tonyo na sasabihin ng ama ang nalalaman.

Ngunit...

Katulad ng iba ay nagsinungaling din ang ama at pinanindigan na aksidente ang nangyari at walang nakitang tao na aali-aligid sa bakanteng lote at nakaparadang dyip, ilang araw bago naganap ang aksidente. Halos **madurog** ang puso ni Tonyo sa pagtatago ng **katotohanan** na ginawa ng ama.

Lumipas ang mga araw at **napagpasyahan** ng punong imbestigador na **isarado** ang kaso, isang taon makalipas ang trahedya. Nakita ni Tonyo ang kaibigang si Pedro na nagsindi ng kandila sa nakaparadang dyip at **mataimtim** na **nananalangin**. Pagkatapos ng konting kumustahan, hindi napigilan ni Tonyo ang sarili na **mangumpisal** ng nalalaman kay Pedro.

"Sinubukan kong itago dahil mahal ko ang mga **magulang** ko at **natatakot** ako para sa kanila. Subalit, may alam ako sa mga pangyayari na tumapos sa buhay ni Kapitan Juan. Pinagplanuhan ng mga taga rito na mangyari ang aksidenteng iyon," pag-amin ni Tonyo.

Nabigla si Pedro sa mga narinig, hindi nito napigilan ang **humagulgol**. Nakaramdam ng **kaba** si Tonyo, ngunit kahit papaano'y lumuwag ang kaniyang kalooban. Kasama ng mga naulila ni Kapitan, nagtungo si Tonyo sa opisina ng imbestigador at ipinagtapat ang nalalaman.

Inimbitahan sa presinto ang ama ni Tonyo at sa tuluyan nitong pagsasaad ng naging plano, sampung kalalakihan pa ang ipinatawag. Sa presinto, hinarap ng **biyuda** ni kapitan ang mga kalalakihan at umiiyak na sinabi, "Walang bayad na tinanggap si Juan mula sa gobyerno. Nakipagpulong lamang siya sa mga opisyal upang makiusap na wala sanang masaktan kahit isang residente sa gitna ng mga hindi **pagkakaunawaan**."

Labis man ang kahihiyang nararamdaman ng mga kalalakihan sa **tinuran** ng biyuda, wala na silang magagawa. Ang mga kalalakihan, kabilang ang ama ni Tonyo ay naparusahan. Ngunit mas mabigat na **parusa** ang **ipinataw** kay Cardo, ang lalaking sumira ng preno ng dyip.

Lubos ang pasasalamat ng mga **naulila** kay Tonyo. Nang dahil sa kaniyang **pagtatapat**, nabigyan ng linaw at **hustisya** ang **pagkamatay** ng kanilang padre de pamilya.

Buod ng Kwento

Ang lumang dyip (isang uri ng pampublikong transportasyon sa Pilipinas) na nakaparada sa bakanteng lote ng Kalye Mapayapa ay isang paalala sa aksidenteng kumitil sa buhay ni Kapitan Juan at pitong iba pa. Hindi maisara agad ang kaso sapagkat nanatiling palaisipan sa imbestigador ang isang katotohanan: ang aksidente ay naganap habang ang sabi-sabi tungkol sa pagtanggap ng malaking halaga ni Kapitan ay lumalaganap.

Summary of the story

The old jeepney (a form of Philippine public transportation) parking in an empty lot of Mapayapa Road is a reminder of the accident that took the life of Captain Juan and seven others. The chief investigator of the case was hesitant to close the case because of an undenied truth: the accident happened while rumors about Captain receiving a huge amount of money was spreading.

Vocabulary

taliwas: on the contrary

mapayapa: peaceful

maingay: noisy

nagsisigawan: shouting

nagbabangayan: fighting

barong-barong: shanty

aparador: cabinet

sopa: sofa

sikretong: secret

tanyag: famous

dyip: jeepney; most popular means of public transportation in the Philippines

minamaneho: driving

aksidente: accident

malungkot: sad

negosasyon: negotiation

gobyerno: government

naninindigan: firm in belief

kumbinsido: convinced

sinadya: planned; intentional

kumbinsihin: trying to convince

lumaganap: spread

bakal: a piece of metal

palaisipan: puzzle

aminin: tell the truth

ikinagalit: reason to get angry

maaapektuhan: will be affected

pinulong: called for a meeting

nabigla: shocked

pagkahabag: compassion

pangamba: nervousness

kunsensya: conscience

madurog: broken

katotohanan: truth

napagpasyahan: decided

isarado: to close

mataimtim: deeply

nananalangin: praying

mangumpisal: to confess

magulang: parents

humagulgol: to cry loudly

kaba: nervous

inimbitahan: invited

biyuda: widow

pagkakaunawaan: understanding

tinuran: pronouncement

parusa: punishment

ipinataw: imposed

naulila: orphaned

pagtatapat: confession

hustisya: justice

pagkamatay: death

Questions about the story

1. Saan lumaki at nagkaisip si Tonyo?

   a) Kalye Mabait
   b) Kalye Maganda
   c) Kalye Mapayapa
   d) Kalye Matahimik

2. Ano ang nakaparada sa bakanteng lote?

   a) Bus
   b) Dyip
   c) Kotse
   d) Pedicab

3. Sino ang hindi kumbinsido sa aksidente?

   a) Anak
   b) Byuda
   c) Imbestigador
   d) Residente

4. Sino ang pinatawan ng mas mabigat na parusa sa pagkamatay ni Kapitan Juan?

   a) Cardo
   b) Karyo
   c) Pedro
   d) Tonyo

5. Kanino lubos ang pasasalamat ng mga naulila?

   a) Cardo
   b) Karyo
   c) Pedro
   d) Tonyo

Answers

1. C - Kalye Mapayapa
2. B - jeepney
3. C - investigator
4. A - Cardo
5. D - Tonyo

CHAPTER 2

ANG NATATANGING GURO

Bata pa lamang si Mirian ay nais na niyang maging **guro**. **Lumaki** siya sa isang **mahirap** na pamilya ngunit **masikap** at **masipag** siyang **mag-aral**. "Walang **pera** sa pagiging guro, hindi ka makakaahon sa hirap. Mag **inhinyero** ka na lang," wika ng kaniyang **ama**.

Ngunit ang **pangarap** at **dedikasyon** ni Mirian ay hindi **mababago**. Nagtrabaho siya upang makapag-aral at makatapos ng napiling **propesyon** --- ang **pagtuturo**. Labinlimang taon nang guro sa sekondarya si Bb. Mirian Gomez sa pampublikong paaralan ng Plaridel. Bawat taon ay nasa apatnapu hanggang limampu ang kaniyang mga **mag-aaral**. Hindi madali ang **obligasyon** at **responsibilidad** ng napili niyang propesyon, maraming kailangang gawin at matapos sa bawat araw ng pagtuturo. Halos walang maiwan na libreng oras si Bb. Mirian para sa pansariling **kaligayahan**.

Marami ang **humahanga** kay Bb. Mirian. Hindi matatawaran ang kaniyang sipag at tiyaga. Kilala rin siya bilang isang **magaling** na guro. Ngunit sikat siya sa paaralan, hindi lang dahil sa kaniyang **husay,** kundi dahil na rin sa pagkakaroon ng **puso** at **simpatya** sa mga mag-aaral.

Pamilya... mga **anak**...'Yan ang turing ni Bb. Mirian sa kaniyang mga mag-aaral. Patunay dito ang hindi maikakailang **malasakit** niya sa kanila. Hindi lamang utak ng mga mag-aaral ang kaniyang **pinagyayaman** kundi pati puso ng mga ito. Nakukuha niya rin magbigay ng baon o pamasahe sa mga mag-aaral na napakahirap ang buhay. Isa siya sa mga gurong **pumapatak** ang **luha** tuwing araw ng pagtatapos. Luha ng ligaya para sa **tagumpay** ng kaniyang mga mag-aaral at luha ng **lungkot** dahil sa napipintong **paghihiwalay** nila ng kaniyang "mga anak."

"Hindi ko maintindihan kay Mirian, gusto yatang maging **bayani**," minsa'y nawiwika ng ilang kasamahan sa **paaralan**.

Kung mga anak ang turing ni Bb. Mirian sa kaniyang mga mag-aaral, tunay na **ina** rin naman ang turing ng mga ito sa kaniya. Patunay rito ang **pagdalaw** sa kaniya ng mga matatagumpay niyang mag-aaral.

"Isa na po akong inhinyero sa New York, narito lang po ako sa Pilipinas para sa isang buwang **bakasyon**. Maraming salamat sa pagtitiyaga mo sa 'kin, Ma'am," wika ni Fidel habang iniaabot sa kaniya ang mga pasalubong. Si Fidel ay kaniyang mag-aaral pitong taon na ang nakakaraan.

"Natutuwa ako at nakamit mo ang iyong pangarap. Sabi ko naman sa'yo, walang imposible basta masipag," masayang nasambit ni Bb. Mirian. Naalala niya si Fidel, ilang beses nakakakuha ng pinakamababang marka sa **pagsusulit**. Kinausap niya ito at **natuklasan** na may pinagdaraanan pala ito sa pamilya na naging sanhi ng pagkawala ng pokus sa pag-aaral. Hindi lamang niya binigyan ng **payo** si Fidel, naglaan din siya ng isang oras araw-araw pagtapos ng klase para turuan ito sa aralin na hindi maunawaan ng mag-aaral.

Ang mga araw, linggo at taon ay lumilipas sa buhay ni Bb. Mirian. "Aba'y baka mapag-iwanan ka na ng panahon. Labis ang oras na **ginugugol** mo sa pagtuturo at sa iyong mga mag-aaral. **Matanda** ka na, Mirian. Kailangan mo rin maghanap ng makakatuwang at makakasama sa buhay," madalas na wika ng kaniyang ama.

Habang nagtuturo isang araw ay biglang **nawalan** ng **malay** si Bb. Mirian. Nabigla at **natakot** ang mga mag-aaral ngunit agad naman siyang nadala ng mga kapwa guro sa **pagamutan**.

"Bukol sa **matris** at kailangan po kayong maoperahan agad para hindi maging dahilan ng **kamatayan**," tila **nakabibinging** resulta ng **pagsusuri** ang winika ng doktor. Alam ni Bb. Mirian na hindi biro ang halagang kakailanganin upang siya ay maoperahan. Ngunit alam din niya na hindi niya hawak ang **panahon**, kailangang isagawa agad ang operasyon.

Kalahating milyong piso ang kakailanganin... **Napaluha** na lamang si Bb. Mirian habang mataimtim na nananalangin at nag-iisip kung paano mabubuo ang halagang ito.

Ang balita ay nakarating sa **kaalaman** ng mga kasamahang guro at **kaibigan**, at sa tulong ng _social media_, **nabatid** din ng mga naging mag-aaral ni Bb. Mirian. Sila ay **nakaipon** ng apatnaraang libong piso. "Konting halaga na lang ang kulang," naisip ni Bb. Mirian. Inihanda niya ang sarili para sa operasyon. Nasa isip niyang **utangin** na lang sa bangko ang kakulangan. **Itinakda** ang araw ng operasyon. Isang linggo ang inilaan para isagawa ang mga dagdag na pagsusuri at upang masiguro ang **kahandaan** ng **katawan** ni Bb. Mirian sa gagawin.

Matapos ang tatlong oras na operasyon, masayang ibinalita ng doktor sa mga magulang ni Bb. Mirian ang magandang balita. "Matagumpay po ang ating operasyon. Kailangan lang ng hanggang tatlong araw na pamamalagi sa pagamutan upang **maobserbahan** ang **pasyente**. Kapag walang naging problema at **impeksyon** sa **sugat** niya, maaari na po kayong magpagaling sa **bahay**," mahabang **paliwanag** ng doktor.

Maraming bumisita kay Bb. Mirian sa tatlong araw na pamamalagi sa pagamutan. "Kumusta po ang pakiramdam niyo, Ma'am? May dala po kaming **masustansiyang pagkain** para sa inyo," **malimit** na marinig ni Bb. Mirian sa kaniyang mga **bisita**. Masaya ang guro sa nakitang **pag-aalala** at pagmamahal ng kaniyang mga mag-aaral, kaibigan at kasamahan sa paaralan.

Ikatlong araw matapos ang operasyon, natanggap ni Bb. Mirian ang **pahintulot** ng doktor sa kaniyang paglabas sa pagamutan. **Pinagbilinan** lamang siyang bumalik isang beses isang buwan sa loob ng isang taon para sa kaniyang *regular checkup*. Kinakabahan niyang inabot ang papel mula sa nars. Ang papel ang naglalaman ng kabuuan ng **gastos** sa kaniyang operasyon at pananatili sa pagamutan.

Nanlaki ang mga mata ng guro sa nakita. **Wala** na siyang dapat **bayaran**. "Paano nangyari ito?" tanong niya sa nars. Hindi na nakasagot ang nars sapagkat pumasok ang isang **matipunong** lalaking nakasuot ng **kurbata**.

"Kumusta po Ma'am?" nakangiting tanong ng lalaki. May **pagtataka** sa mukha ng guro kaya't dinugtong ng lalaki ang "ako po si Rigor, mag-aaral niyo po ako limang taon na ang nakalilipas."

Gulat na gulat ang guro. Si Rigor na inakala ng ibang guro na walang patutunguhan dahil sa labis na pagliban sa klase. Si Rigor na madalas niyang bigyan ng pagkain sapagkat walang baon. Si Rigor...

Hindi pa tapos sa **pagbabalik-tanaw** si Bb. Mirian nang idinugtong ni Rigor na, "ako na po ang **may-ari** ng pagamutang ito. Maraming salamat po sa **pang-unawa** at pagmamahal na ipinakita niyo sa akin noon. Kayo po ang **natatangi** kong guro dahil **naniwala** kayo noong panahong wala nang naniniwala sa **kakayanan** ko. Kung hindi po dahil sa inyo, wala po ako sa kinalalagyan ko ngayon. Kaya Ma'am, hindi niyo na po kailangang bayaran ang kahit na **sentimo** sa aking pagamutan. **Magpagaling** at **magpalakas** po kayo."

"Ang aking mga mag-aaral... Mahal ko sila at sila'y aking pamilya. Totoo nga palang may iba't ibang uri ng pagmamahal at lahat ng ito ay **nasusuklian** sa iba't-ibang paraan," lumuluhang naisaisip ni Bb. Mirian.

Buod ng Kwento

Isang natatanging guro si Bb. Mirian. Hindi tulad ng ibang mga guro, pamilya ang turing niya sa kaniyang mga mag-aaral... parang kaniyang mga anak. Pinagyayaman niya hindi lamang ang kanilang mga isip kundi pati mga puso. Hindi na niya namamalayan ang paglipas ng mga panahon dahil sa kaniyang labis na dedikasyon sa pagtuturo. Hanggang isang araw, halos madurog ang kaniyang puso nang natuklasan ang kaniyang mabigat na karamdaman na nangangailangan ng operasyon at malaking halaga.

Summary of the story

Ms. Mirian is a unique teacher. Unlike other teachers, she treats and cares for her students as family... as her own children. She does not only enrich their minds but touch their hearts as well. Her dedication for teaching keeps her busy that she fails to notice the time slowly passing her. Until one day, she was disheartened to learn that she's sick and needs a huge amount of money to undergo a sensitive medical operation.

Vocabulary

bata: child
guro: teacher
lumaki: grew up
mahirap: poor
masikap: diligent
masipag: hardworking
mag-aral: to study
pera: money
inhinyero: engineer
ama: father
pangarap: aspiration
dedikasyon: dedication
mababago: to change
propesyon: profession
pagtuturo: teaching
mag-aaral: student
obligasyon: obligation
responsibilidad: responsibility
kaligayahan: happiness
humahanga: admiring
magaling: excellent
husay: skill
puso: heart
simpatya: sympathy
pamilya: family
anak: child
malasakit: concern
pinagyayaman: enriching

pumapatak: shed (referring to tears)
luha: tears
tagumpay: success
lungkot: sadness
paghihiwalay: separation
bayani: hero
paaralan: school
ina: mother
pagdalaw: visitation
bakasyon: vacation
pagsusulit: examination
natuklasan: discovered
payo: advice
ginugugol: spending
matanda: old; chronologically challenged
nawalan: lost
malay: consciousness
natakot: scared
pagamutan: hospital
matris: uterus
kamatayan: death
nakabibinging: deafening
pagsusuri: medical test; medical examination
panahon: time
napaluha: unintentionally cried

kaalaman: knowledge
kaibigan: friends
nabatid: learned
nakaipon: raised money
utangin: to borrow money; to apply for a loan
itinakda: set
kahandaan: readiness
katawan: body
maobserbahan: to observe
pasyente: patient; someone who is ill and in a hospital
impeksyon: infection
sugat: wounds
bahay: house
paliwanag: explanation
masustansiyang: nutritious
pagkain: food
malimit: often
bisita: visitor
pag-aalala: worrying
pahintulot: permission

pinagbilinan: asked someone to remember or to keep in mind
gastos: expenses
nanlaki: to temporarily enlarge
mata: eyes
wala: nothing
bayaran: to pay
matipunong: muscular
kurbata: necktie
pagtataka: curiosity
gulat na gulat: very surprised
pagbabalik-tanaw: reminiscing
may-ari: owner
pang-unawa: understanding
natatangi: unique
naniwala: believed
kakayanan: skills
magpagaling: to get well; to recover from illness / sickness
magpalakas: to get stronger

Questions about the story

1. Sino ang nagpayo kay Mirian na maging inhinyero dahil walang pera sa pagtuturo?

   a) ama
   b) doktor
   c) guro
   d) mag-aaral

2. Sa kwento, ilang taon ng guro si Bb. Mirian?

   a) apat
   b) isa
   c) labinlima
   d) pito

3. Si Fidel ay isa sa mga naging mag-aaral ni Bb. Mirian, ano ang kaniyang trabaho?

   a) doktor
   b) guro
   c) inhinyero
   d) may-ari ng ospital

4. Magkano ang naipon ng mga kaibigan at dating mag-aaral ni Bb. Mirian na tulong para sa kaniyang operasyon?

   a) apatnaraang libong piso
   b) kalahating milyong piso
   c) limandaang libong piso
   d) sampung libong piso

5. Sino ang natatanging guro?

   a) Fidel
   b) Ina
   c) Mirian
   d) Rigor

Answers

1. A - father
2. C - fifteen
3. C - engineer
4. A - four hundred thousand pesos
5. C - Mirian

CHAPTER 3

ANG MAHABANG TULAY

Nagkamalay si Onyok na **nakalapat** ang **noo** sa **manibela** ng kaniyang **kotse**. **Bumangga** ang kaniyang kotse sa **puno, nakita** niya na nasa **bingit** siya ng isang **bangin**. Napuno siya ng takot at pangamba sa nakitang **paligid**. **Duguan** ang noo, **dahan-dahan** niyang binuksan ang **pinto** at **lumabas** ng sasakyan. Alam niya ang dahilan ng aksidente niya, **matulin** ang **pagmamaneho** niya ng kotse, sinusubukan niyang **mabilis** na makalayo at dahil sa labis na sama ng loob kay Luna, ang kaniyang **kasintahan**. Nahuli niya itong may kasamang iba. Nang **kumprontahin** niya, sinabihan lang siyang, "hindi na kita **mahal**."

Kinuha ang **teleponong selular** mula sa kaniyang **bulsa. Bigo…** hindi maaaring tumawag para humingi ng **tulong. Napasigaw** na lang ng malakas si Onyok dahil sa kaniyang **kabiguan**.

Naglakad-lakad si Onyok, sinubukang **maghanap** ng bahay o ng taong mahihingan ng tulong. Hindi niya namalayan na mahigit dalawang oras na siyang naglalakad, nadaanan ang isang **napakahabang tulay**.

Pagod at halos maubos ang **lakas**, dumidilim na rin ang paligid. Sa wakas… **nasumpungan** din niya ang isang lumang **bahay-bakasyunan**. "Tao po," malakas na tawag at **katok** ni Onyok. Matapos ang ilang minuto, isang **magandang babae** ang nagbukas ng pinto.

"Naku, may dugo!" nag-aalalang nawika ng babae. "Sandali lang kukuha ako ng **gamot**."

"Hindi na kailangan..." pero hindi na nakuhang matapos ni Onyok ang sasabihin sapagkat biglang **umalis** na ang babae. Bumalik ang babae na may dalang mga gamit panggamot ng sugat.

"**Maupo** ka at gagamutin ko ang sugat mo," may pag-aalala pa rin sa himig ng babae. Ayaw sana ni Onyok na maupo at ipagalaw ang sugat niya, ngunit tila wala na rin lakas ang kaniyang katawan para **lumaban**.

"Hindi na talaga kailangan. Kung maaari ay patawagin mo nalang ako sa telepono para makahingi ng tulong," pakiusap ni Onyok. Ngunit hindi nakikinig ang babae at patuloy lang ito sa paggamot ng kaniyang sugat. Matapos **linisin** at gamutin ang sugat, nagpakilala ang babae, "ako nga pala si Ederlyn," wika nito habang **inaabot** ang telepono.

"**Salamat**," nasabi ni Onyok habang kinukuha ang telepono. Sinubukan tawagan ni Onyok ang kapatid, ngunit walang sagot na narinig sa kabilang linya. Sinubukan muli, ngunit wala talaga. Kita ang pagkabigo sa mata, nawika ni Ederlyn, "dito ka na magpalipas ng **magdamag**. **Bukas** subukan mo ulit."

Dala ng pagod at **sakit** ng katawan, agad nakatulog si Onyok. Kinabukasan, sinubukan niyang tumawag ulit sa kapatid, ngunit walang sagot ulit. Nakaramdam na naman ng pagkabigo si Onyok, napaiyak nalang sa isang tabi. Naiisip niyang nasa gitna siya ng kawalan at hindi kilala ang taong nakapaligid sa kaniya.

Nilapitan siya ni Ederlyn, "huwag ka ng malungkot. Dumito ka muna habang wala pang sumasagot at susundo sa 'yo. Ang aliwalas at ganda ng paligid, samantalahin mo muna ang mga puno at **sariwang hangin** na nasa paligid," nakangiting paliwanag ni Ederlyn.

Sa hindi maipaliwanag na dahilan, gumaan ang loob ni Onyok. Tila bigla niyang nakita ang ganda ng paligid, hindi niya napigilan ang mapangiti. At doon nagsimula ang **makabuluhang pag-uusap** tungkol sa **buhay** at pag-ibig ng dalawa.

Lumipas ang mga oras at araw… Sa tulong ni Ederlyn, nawala ang pakiramdam ng kabiguan kay Onyok. Unti-unting bumalik ang **ngiti** sa labi ni Onyok, naramdaman na lamang niyang nahuhulog ang kaniyang loob kay Ederlyn, "pag-ibig na nga yata ito," naibulong ni Onyok sa sarili isang gabing nakatitig siya sa buwan.

Hindi na mapigilan Onyok ang gumawa ng paraan upang **ipagtapat** kay Ederlyn ang nararamdaman. Gumawa siya ng **sulat** ng pagtatapat at inipit ito sa aklat na nasa **lamesa** ng silid ni Ederlyn. Puno ng kaba ang kaniyang dibdib, hindi niya mawari kung paano tatanggapin ang magiging sagot ni Ederlyn sa kaniyang pagtatapat. Hindi niya namalayan na siya'y nakatulog.

Ngunit…

Biglang nawala si Ederlyn, nagising siya sa isang silid na may **puting pintura**, may nakakabit na **suwero** sa kaniyang kanang kamay. Nakita niya ang kaniyang kapatid na si Biring, inabot niya ang **kamay** nito. Tuwang-tuwa at labis ang pasasalamat ng kapatid dahil pagkalipas ng isang linggong pagkawala sa sarili at pagtitig sa kawalan, sa wakas ay nagising na si Onyok.

"Doktor, gising na po si Onyok," tawag ng Ate Biring niya sa **manggagamot**.

"Nasaan si Ederlyn?" tanong ni Onyok sa **kapatid**.

"Sinong Ederlyn?" Tanong ng doktor, hindi na **namalayan** ni Onyok ang pagpasok niya.

Isinalaysay ni Onyok ang mga nangyari simula ng magising siya sa pagkakadukdok sa manibela ng kaniyang kotse. Napapailing ang doktor habang lumuluha naman ang kaniyang Ate Biring. Ipinaliwanag ng doktor kay Onyok na siya ay nakita ng mga **pulis** sa loob ng kaniyang kotse at dinala siya sa pagamutan. Isang linggo siyang hindi makausap at panay ungol lamang ang naririnig sa kaniya.

"Hindi 'yan totoo, naglakad pa nga ako sa mahabang tulay hanggang sa makita ko ang lumang bahay-bakasyunan. Doon ko nakita at nakilala si Ederlyn, matagal akong tumira doon at si Ederlyn ang dahilan kung bakit nakalimutan ko ang kabiguan ko kay Luna na naging sanhi ng aksidente."

Lumabas sa mga pagsusulit ng doktor ang isang katotohanan --- *psychosis*. "Nawalan ng **kaugnayan** sa **realidad** ang kaniyang **isipan**. Marahil dahil sa pagkabigo niya kay Luna ang naging dahilan upang gumawa ng bagong mundo at kakilala ang kaniyang isipan," mahabang paliwanag ng doktor kay Biring.

"**Maaari** pa naman itong **magamot**, sa tulong ng **medisina** at **suporta** ng mga taong nagmamahal sa kaniya," dagdag pa ng doktor.

Lumuluhang nasabi na lamang ni Biring ang, "gawin po natin ang nararapat, Doktor."

Habang **nakatingin** sa kapatid, ipinangako ni Biring sa **sarili** na **susuportahan** ang kapatid. Alam niyang ang malasakit at **pagmamahal** kay Onyok ang magiging dahilan upang **mapagtagumpayan** ng kapatid ang suliraning dinaranas. **Desidido** siyang samahan at maging katuwang ng kapatid sa mahabang tulay na kailangan nitong **lakbayin** patungo sa tuluyang paggaling.

Buod ng Kwento

Halos mawala si Onyok sa sarili nang mahuli ang kasintahan na may kasamang iba. Matulin ang pagmamaneho niya sa isang malayong lugar kung saan siya naaksidente. Sa paghahanap ng tulong ay narating niya ang isang lumang bahay-bakasyunan kung saan niya nakilala si Ederlyn, isang magandang babae kung kanino nagkaroon ng makabuluhang usapan si Onyok tungkol sa buhay at pag-ibig. Naibalik ni Ederlyn ang ngiti sa mukha ni Onyok. Nakahanap ng bagong pag-ibig si Onyok kay Ederlyn, ngunit isang araw ay nagising siya at hindi mahanap ang iniibig.

Summary of the story

Onyok lost control when he caught his girlfriend cheating on him. He drove to a far place and had an accident. He ended up in an old resthouse where he met Ederlyn, a beautiful woman with whom Onyok had meaningful conversations about life and love. Ederlyn brought back the smile in Onyok's face. Onyok fell in love with Ederlyn, but he woke up one day and was unable to find her.

Vocabulary

nagkamalay: gained consciousness

nakalapat: placed on a surface

noo: forehead

manibela: steering wheel

kotse: car

bumangga: bumped

puno: tree

nakita: saw

bingit: edge

bangin: ravine

paligid: surroundings

duguan: bleeding

dahan-dahan: slowly

pinto: door

lumabas: went out

matulin: swiftly

pagmamaneho: driving

mabilis: quickly

kasintahan: special someone; generic term for boyfriend / girlfriend

kumprontahin: confronted

mahal: love (verb)

teleponong selular: cellphone

bulsa: pocket

bigo: failed

tulong: help

napasigaw: unexpectedly exclaimed

kabiguan: failure

naglakad-lakad: walked with uncertainty

maghanap: to search

napakahaba: very long

tulay: bridge

pagod: tired

lakas: strength

nasumpungan: found

bahay-bakasyunan: rest house

katok: to knock

magandang: beautiful

babae: woman

gamot: medicine (pharmaceutics)

umalis: walked away; left

maupo: to sit down

lumaban: to fight

inaabot: accepting something with a hand

salamat: thank you

magdamag: overnight

bukas: tomorrow

sakit: painful

sariwang: fresh

hangin: air

makabuluhang: meaningful
pag-uusap: conversation
buhay: life
ngiti: smile
ipagtapat: to tell the truth
sulat: letter
lamesa: table
puting: white
pintura: paint
suwero: medical needle used to inject liquid medicine like dextrose or blood serum
kamay: hand
manggagamot: doctor
kapatid: sibling
namalayan: noticed

pulis: policeman
kaugnayan: connection
realidad: reality
isipan: mind
maaari: possible
magamot: to cure
medisina: medicine
suporta: support
nakatingin: looking
sarili: oneself
susuportahan: to support
pagmamahal: love (noun)
mapagtagumpayan: to win
desidido: decided
lakbayin: to go on a journey

Questions about the story

1. Sino ang kasintahang nanloko kay Onyok?

   a) Agnes
   b) Biring
   c) Ederlyn
   d) Luna

2. Saan nakahanap ng tulong si Onyok?

   a) Bahay-ampunan
   b) Bahay-bakasyunan
   c) Bahay-paanakan
   d) Bahay-pagamutan

3. Sino ang nagbalik ng ngiti sa labi ni Onyok?

   a) Agnes
   b) Biring
   c) Ederlyn
   d) Luna

4. Sino ang kapatid ni Onyok?

   a) Agnes
   b) Biring
   c) Ederlyn
   d) Luna

5. Ano ang resulta ng pagsusuri ng doktor?

   a) depression
   b) dementia
   c) pyschosis
   d) schizophrenia

Answers

1. D – Luna
2. B – rest house
3. C – Ederlyn
4. B – Biring
5. C – psychosis

CHAPTER 4

ANG MATALIK NA MAGKAIBIGAN

Nasa ikalawang baitang sila sa elementarya nang sila ay **magkakilala**. Naging **magkaklase** sila sa paaralan at palibhasa'y **magkapitbahay**, sila'y naging magkaibigan. Sila Louie at Sidney ay lumaki at **nangarap** ng sabay. Ngayon ay nasa ikalawang taon na sila sa **kolehiyo**. Sa kabila ng kanilang **pagkakaiba** --- **ugali** at **estado** sa buhay, sila ay **matalik** na **magkaibigan**.

Ang ama ni Louie ay isang **magsasaka**, habang ang kaniyang ay ina ay may maliit na **tindahan** sa harap ng kanilang bahay. Ang ama naman ni Sidney ay isang **manlalakbay dagat** at ang kaniyang ina ay **tagatuos** sa isang malaking **kumpanya** sa Makati.

Parehong masipag mag-aral at **masayahin** ang magkaibigan. Ang **pinagkaiba** lang nila ay ang **problemang pampinansiyal**. Hindi kailanman **naranasan** ni Sidney ang lumiban sa klase dahil kailangan tumulong sa mga magulang para **kumita**. Hindi rin naranasan ni Sidney ang problemahin ang mga gastos sa paaralan, bagay na laging **inaalala** ni Louie. Ganunpaman, nandiyan si Sidney para kay Louie, madalas niya itong pahiramin ng pera para may **maipambayad** sa mga gastusin sa paaralan.

Pagdating sa materyal na bagay ay tila nga ba wala ng **mahihingi** si Sidney. May sarili siyang kotse na ginagamit sa pagpasok sa paaralan. Inakala niyang dito matatagpuan ang tunay na kaligayahan. **Nagbago** ang lahat para kay Sidney nang **maghiwalay** ang kaniyang mga magulang.

"**Tipikal** na **kwento** ng mga **OFW**, may nakilalang iba ang Tatay ko, ayun **sumama** sa **kabit**," saad ni Sidney kay Louie habang iniinom ang alak sa kanilang harapan.

"Tama na 'yan, may pasok pa tayo bukas," **pagpigil** naman ni Louie sa kaibigan.

Doon na nga **nagsimula** ang animo'y pagkasira ng buhay ni Sidney. Palagi siyang **pinupuntahan** ni Louie para ayain na pumasok, ngunit kung hindi ito **tulog** dahil sa labis na **kalasingan** ng nagdaang **gabi**, wala ito sa bahay at hindi **maipaliwanag** ng katulong kung saan nagpunta. Tila **nagrebelde** ito, ngunit labis ang pag-aalala ni Louie sa unti-unting **pagwasak** ng kaibigan sa sariling buhay at **kinabukasan**.

Patuloy ang buhay at pag-aaral para kay Louie. **Sumali** siya sa *basketball team* upang maging *varsity scholar* ng paaralan at makakuha ng pinansiyal na tulong sa kaniyang pag-aaral. Naging abala siya sa sinalihang grupo. Nakakilala at nagkaroon siya ng mga bagong kaibigan na sina Allan, Calvin at Stefano. Habang lumilipas ang mga araw, ay lalong **naluluong** si Sidney sa **alak**, si Louie naman ay nagiging **abala** sa *basketball team*. **Lumipas** ang mga **linggo** na hindi na sila **nagkikita** o **nag-uusap** man lamang, hindi na katulad ng dati...

Isang araw, **niyaya** ni Sidney si Louie para mag **merienda**. Gusto sanang **samahan** ng binata ang matalik na kaibigan dahil nasasabik siyang makita, makasama at makakwentuhan ulit ito kaya lang ay **nakapangako** na siyang sasama sa lakad ng kaniyang mga bagong kaibigan. Malungkot na umalis si Sidney.

Lumipas ang ilang linggo ng hindi nagkikita si Sidney at Louie. Dahil sa dami ng mga **nangyayari sa buhay** niya, nakalimutan ni Louie na may **pinagdadaanan** ang matalik niyang kaibigan.

Isang gabi, **tinawagan** sa **telepono** ni Sidney si Louie. Kinumusta niya ito at nagpasalamat rin siya sa kanilang **pagkakaibigan**.

"'Tol, **maraming salamat** rin sa lahat ng iyong **kabutihan** sa akin at sa pamilya ko pero bakit parang ang sentimental mo talaga ngayon?" tanong ni Louie sa kaibigan.

Hindi **umimik** si Sidney. Niyaya niya ulit si Louie na lumabas sila at susunduin niya ito.

"**Pasensya** na 'tol **maaga** pa kasi ako bukas. Ang kulit kasi nina Allan niyaya nila akong sumama sa pagpunta nila ng mga kaklase niya sa Baguio," **pagtanggi** ni Louie sa kaibigan.

Hindi **ipinahalata** ni Sidney na **sabik** na siyang **makausap** at **makasama** ang kaibigan. **Kuntento** na siya na maganda at masaya ang takbo ng buhay ni Louie.

Kinabukasan, **nagising** si Louie sa **malakas** na katok ng ina niya. **Sumisigaw** ito habang kumakatok sa pintuan ng kwarto ng anak.

"Louie! Anak! Gising! May nangyari kay Sidney! Anak! **Buksan** mo ang pinto," sigaw ni Aling Camelia.

Kinitil ni Sidney ang sariling buhay, nakita sa **sahig** ang mga **natirang** gamot at ang kanilang **larawan** ni Louie. Pumunta si Louie at ang pamilya niya sa **lamay** ni Sidney. Nandoon ang mga magulang ni Sidney. **Umuwi** ang ama ng binata mula ibang bansa upang maihatid ang anak sa **huling hantungan** nito.

"Sidney, 'tol patawad. Patawarin mo ko at hindi kita **nabigyan** ng **oras**. Patawad dahil wala ako noong kailangang-kailangan mo ako," sabi ni Louie sa harap ng **kabaong** ng **yumaong** kaibigan. Masakit para kay Louie ang nangyari kay Sidney. Araw-araw, hindi niya **maiwasan** na **sisihin** ang sarili niya sa naging **pagkukulang** niya bilang isang kaibigan.

Sa araw ng **pagtatapos sa kolehiyo** ay agad na binisita ni Louie ang **puntod** ng kaibigan. "Hindi ako makakarating sa pagtatapos kung hindi dahil sa'yo. Salamat at mula noong pakabata ay hindi mo ko iniwanan. Sa mga tulong pinansiyal at masasayang **alaala**, maraming salamat. Dapat ay **naglaan** ako ng oras lalo noong mga panahong kailangan mo ng **masasandalan**. Sa huling sandali, hindi ko man lamang naiparamdam sa'yo kung gaano ka **kahalaga**. Patawad, aking matalik na kaibigan," **lumuluhang** wika ni Louie habang nakatingin sa puntod ng kaibigan.

Umalis sa **sementeryo** ang binata dala ang **pag-asang balang araw** ay mapapatawad niya rin ng lubusan ang sarili at muling makikita at makakausap ang kaniyang matalik na kaibigan.

Buod ng Kwento

Mula pagkabata ay matalik na magkaibigan na sina Louie at Sidney. Magkaiba man ang estado sa buhay, hindi ito naging hadlang para sila ay lumaki at mangarap ng magkasama. Ngunit habang nagbibinata, hindi nila namalayan na sila ay nagiging abala sa kani-kanilang karanasan at problema sa buhay, unti-unti ay nawalan sila ng pagkakataon na magkausap at magkasama.

Summary of the story

Louie and Sidney are childhood best friends. Despite the difference in their family's socioeconomic status, they set their determination to achieve success and grew up together. But when they entered adulthood, they became busy taking care of their own problems and experiences, they did not notice they were growing apart.

Vocabulary

magkakilala: met
magkaklase: classmates
magkapitbahay: neighbors
nangarap: set aspiration, ambition or ideal
kolehiyo: college
pagkakaiba: distinction
ugali: attitude
estado: state
matalik: very close
magkaibigan: friends
magsasaka: farmer
tindahan: store
manlalakbay dagat: seaman
tagatuos: accountant
kumpanya: company
masayahin: cheerful
pinagkaiba: difference
problemang pampinansiyal: financial problems
naranasan: experienced
kumita: to earn
inaalala: worrying about
maipambayad: to pay for
mahihingi: to ask for
nagbago: changed
maghiwalay: to separate
tipikal: typical
kwento: story

OFW: Overseas Filipino Worker; Filipinos working abroad
sumama: to live with; to come along
kabit: mistress
pagpigil: to prevent; to restrain
nagsimula: started
pinupuntahan: visits
tulog: sleeping
kalasingan: drunkenness
gabi: night
maipaliwanag: to explain
nagrebelde: became rebellious
pagwasak: to destroy
kinabukasan: future
sumali: to join
nalululong: to become addicted
alak: liquor
lumipas: passed by
linggo: weeks; Sunday
nagkikita: meeting
nag-uusap: talking
niyaya: request to accompany
merienda: snacks
samahan: to accompany

nakapangako: promised
nangyayari sa buhay: life experiences
pinagdadaanan: going through
tinawagan: called
telepono: telephone
pagkakaibigan: friendship
maraming salamat: thank you very much
kabutihan: kindness
umimik: to break silence
pasensya: sorry
maaga: early
pagtanggi: refused
ipinahalata: to become obvious
sabik: excited
makausap: to talk
makasama: to be with
kuntento: contented
nagising: woke up
malakas: loud
sumisigaw: shouting
buksan: to open
kinitil: killed

sahig: floor
natirang: leftover
larawan: picture
lamay: funeral wake
umuwi: came home
huling hantungan: final resting place
nabigyan: given
oras: time
kabaong: casket
yumaong: deceased
maiwasan: to avoid
sisihin: to blame
pagkukulang: shortcoming
pagtatapos sa kolehiyo: college graduation
puntod: tomb
alaala: memory
naglaan: allocated
masasandalan: to depend on
kahalaga: important
lumuluhang: crying
sementeryo: cemetery
pag-asang: hope
balang araw: someday

Questions about the story

1. **Kailan nagkakilala sina Louie at Sidney?**

   a) nasa ikaapat na baitang sa elementarya
   b) nasa ikalawang baitang sa elementarya
   c) nasa ikalimang baitang sa elementarya
   d) nasa ikatlong baitang sa elementarya

2. **Ano ang trabaho ng ama ni Louie?**

   a) magsasaka
   b) manlalakbay dagat
   c) may-ari ng pagamutan
   d) may-ari ng tindahan

3. **Ano ang trabaho ng ama ni Sidney?**

   a) magsasaka
   b) manlalakbay dagat
   c) may-ari ng pagamutan
   d) may-ari ng tindahan

4. **Sino ang matalik na kaibigan ni Louie?**

   a) Allan
   b) Calvin
   c) Sidney
   d) Stefano

5. **Sa kwento, sino ang kumitil sa kaniyang buhay?**

   a) Allan
   b) Calvin
   c) Louie
   d) Sidney

Answers

1. B – they were in elementary second grade
2. A – farmer
3. B – seaman
4. C – Sidney
5. D - Sidney

CHAPTER 5

ANG TUNAY NA KATAPANGAN

Si Carlo ay isang modelong bata. Siya ay nasa ikaanim na baiting at malapit ng magtapos ng elementary. Siya ay masayahin, **magalang**, masipag, **mapagkakatiwalaan**, **matapang** at **matulungin**. Mataas rin ang kaniyang mga marka sa paaralan. Tuwing wala siyang pasok ay **tinutulungan** niya ang kaniyang mga magulang sa **gawaing-bahay** at sa **pag-aasikaso** sa kanilang maliit na tindahan. Matulungin din siya sa kaniyang mga **kamag-aral**. **Bukal** sa **kalooban** niyang tinutulungan sa mga **aralin** ang mga kamag-aral. Dahil sa taglay na katapangan, siya ang naitalaga bilang **pinuno** ng mga *boy scouts*. Alam din ng lahat na siya walang kaaway at kung hinahamon man, siya ay umiiwas sa away. Hindi naman kaliitan ang kaniyang pangangatawan, sa katunayan, malaki ang kaniyang katawan para sa kaniyang edad, ngunit talagang modelong bata lang siya kaya't mas pinipili niya ang umiwas sa gulo.

Hindi maikakaila na **kinagigiliwan** ng mga guro at kapwa mag-aaral si Carlo. Ngunit totoo ang isang lumang kasabihan na "hindi mo magagawa ang kagiliwan ka ng lahat." Ang pagiging magiliw ng karamihan sa kaniya ay siya ring dahilan kung bakit hindi maiwasan ang minsan ay may **mainggit** at **mainis** sa kaniya. Isang hapon na papauwi siya mula sa paaralan, **hinarang** siya ng limang batang lalaki-sila Bryan, Dennis, Gary, Ryan at Enrique. Ang mga ito ay **naghahanap** ng **basag-ulo** gustong subukin ang tapang at **pasensiya** ni Carlo.

Pinatigil nila si Carlo sa **paglalakad** at malakas na **nagsalita**. "Kung matapang ka ay **labanan** mo kami," **hamon** ni Bryan, tila tumatayong pinuno ng grupong humarang sa kaniya.

Malumanay ang **sagot** ni Carlo, "ayoko ng away. Hindi ako lalaban kahit sinuman sa inyo." Pagkawika nito ay sinubukang lumakad **paiwas** sa grupo ngunit hinarang siya ng isa.

"Aba, umiiwas ang pinuno ng boy scout," tila naiinis na tugon ni Dennis.

"Lumaban ka! Huwag kang **duwag**! **Bakla** ka ba?" Pasigaw na tugon naman ni Bryan at **dinuraan** ang mukha ni Carlo. Mas **maliit** ang pangangatawan ni Bryan kumpara kay Carlo, ngunit mukhang may nais talaga siyang **patunayan**, siya ay matapang at nagmamagaling. Muli niyang hinamon si Carlo, "lumaban ka, ano?!" At binigyan ng isang **suntok** si Carlo sa **mukha**.

"Kaibigan ako ng sinuman, katulad ng laging sinasabi ng ating guro, ako ay **magpapaumanhin** sa **nang-aapi** sa akin," naisagot niya habang **pinupunasan** ang dugo sa kaniyang **labi**.

Lalong ikinagalit ni Bryan ang **tugon** ni Carlo, **sinipa** niya ito sabay sabi, "isa kang duwag, huwag ka ng **madaldal**."

Nakiusap si Carlo, "**aalis** na ako, **hinihintay** na ako ng aking ina. Gagabihin na ko sa aking pag-uwi." Lumakad ng paunti-unti si Danilo. Ngunit **sinundan** pa rin siya ng grupo ni Bryan. Sa paunti-unting paglakad ay narating nila ang puno ng isang tulay.

Bigla nilang narinig ang isang sigaw, paghingi ng tulong. "**Sagipin** ninyo po ako! Tulong! Tulong!" Bigla nilang nakita ang isang batang **nalulunod**, nakahawak lamang siya sa isang **sanga** ng puno, ngunit **mabilis** ang **ragasa** ng tubig at maaaring **makabitaw** ang bata.

Walang kumikilos sa grupo ni Bryan, ang grupong "nagmamatapang." Mabilis na kumilos si Carlo, ibinaba ang mga bitbit na aklat, tinanggal ang kaniyang *bag* at mabilis na **hinubad** ang uniporme. Buong tapang niyang nilusong ang ilog. Lumukso at **nilangoy** ang batang umiiyak at nanginginig sa takot.

Sa una ay nahirapan si Carlo sa **pagsakbibi** sa bata. Gamit ang kaliwang kamay ay kinawit niya ang bata, ginamit naman niya ang kaniyang kanang kamay sa paglangoy. "**Huminahon** ka, makakaligtas tayo," wika ni Carlo sa bata. Mabilis ang agos ng tubig at medyo **nabibigatan** si Carlo sa bata, dala na rin ito ng **pagkawag** ng bata dahil sa **takot**. Malayo-layo pa sila sa **pampang**, ang totoo'y **kinakabahan** din si Carlo, kumakawag ang bata at ito ang kahit papaano'y nagpapalunod sa kanila.

Hindi **nagpadaig** si Carlo sa takot, unti-unting paglangoy at sila'y nakaahon din. Ang grupo naman ni Bryan ay **pinapanood** lang ang lahat ng pangyayari. Takot at pagkabigla ang naramdaman nila sa mga nakikita. **Nagulat** si Bryan nang **mapagtanto** na ang sinagip ni Carlo ay ang kaniyang nakababatang kapatid. Biglang nagtakbuhan ang kasama ni Bryan.

Parang **napahiya** si Bryan sa kaniyang sarili. **Nakayuko** siyang nagpasalamat, "maraming salamat sa iyo Carlo," napakahinang tinig ng **pagpapasalamat**.

"Walang anuman Bryan, umuwi na kayo ng iyong kapatid. Mukhang **nilalamig** na siya," sagot ni Carlo habang nakatingin sa **nanginginig** na bata.

"Patawarin mo sana ako sa mga nangyari kanina. Ang totoo'y naiinis ako sa iyo dahil kinagigiliwan ka ng lahat. Iniisip ko na makakaganti lamang ako kung ikaw ay aking **magugulpi**," mahabang pagsasalita ni Bryan.

"Sana ay maging magkaibigan na tayo simula ngayon, patawad kung may nagawa man ako na ikinainis o ikinagalit mo, pero tandaan mo, nandito lang ako kung kailangan mo ng tulong," **nakangiting** tugon ni Bryan.

"Muli, maraming salamat Carlo. Mauuna na kami, magkita na lang tayo bukas sa paaralan. Salamat at tinuruan mo ko na higit na Mabuti ang **mag-ipon** ng kaibigan kaysa **kaaway**. Patawad at naging **mayabang** ako," pagpapaalam ni Bryan, inakbayan ang nakababatang kapatid at lumakad palayo.

Nakatingin lamang si Carlo sa papalayong magkapatid, **naisaisip** niya na, "ang tunay na katapangan ay hindi nasusukat sa salita o dami ng pasa at suntok na naibigay mo sa ibang tao. Ang tunay na katapangan ay nakikita sa gawa at tibay ng loob, lalo na sa oras ng labis na **pangangailangan**."

Buod ng Kwento

Labis na kinagigiliwan si Carlo ng mga guro at kamag-aral dahil sa pagiging modelong bata. Alam din ng lahat na siya ay matapang kaya't siya ay naitalaga bilang pinuno ng *boy scouts*. Ngunit ang pagkagiliw sa kaniya ang naging dahilan para naman siya kainggitan at kainisan ng iba. Isang araw, isang pangyayari ang susubok sa tunay na katapangan ni Carlo.

Summary of the story

Carlo is well loved by his teachers and classmates for being a model child. Everyone knows how courageous he is, a reason why he was chosen to be the boy scouts' leader. But this causes other students to be jealous and mad at him. One day, an incident will test Carlo's real courage.

Vocabulary

magalang: respectful

mapagkakatiwalaan: trustworthy

matapang: courageous

matulungin: helpful

tinutulungan: helping

gawaing-bahay: household chores

pag-aasikaso: taking care of

kamag-aral: classmate

bukal: inherent

kalooban: will

aralin: school lessons

pinuno: leader

kinagigiliwan: loved

mainggit: to be jealous of

mainis: to get mad

hinarang: blocked someone's way to prevent from moving

naghahanap: looking for

basag-ulo: quarrel; trouble

pasensiya: patience

pinatigil: stopped

paglalakad: walking

nagsalita: spoke

labanan: to fight

hamon: to challenge

malumanay: gently

sagot: response

paiwas: tried to avoid

duwag: coward

bakla: gay

dinuraan: to spit

maliit: small

patunayan: to prove

suntok: punch

mukha: face

magpapaumanhin: to ask for apology

nang-aapi: oppressive

pinupunasan: wiping

labi: lips

tugon: response

sinipa: kicked

madaldal: talkative

nakiusap: pleaded

aalis: to leave

hinihintay: waiting

sinundan: followed

sagipin: to save

nalulunod: drowning

sanga: branch of a tree

mabilis: fast

ragasa: intense flow

makabitaw: to lose grip

hinubad: undressed

nilangoy: swam

pagsakbibi: to hold in one's arm
huminahon: to be calm
nabibigatan: finding something (or someone) heavy
pagkawag: waggling
takot: fear
pampang: ashore
kinakabahan: feeling anxious
nagpadaig: yielded
pinapanood: watching
nagulat: surprised
mapagtanto: to realize

napahiya: ashamed
nakayuko: bowing down
pagpapasalamat: giving thanks
nilalamig: feeling cold
nanginginig: shivering
magugulpi: to beat up
nakangiting: smiling
mag-ipon: to collect
kaaway: enemies
mayabang: proud
naisaisip: to keep in mind
pangangailangan: need

Questions about the story

1. **Anong grupo naitalaga si Carlo bilang pinuno?**

   a) band scouts

   b) basketball scouts

   c) boy scouts

   d) bond scouts

2. **Sino ang tumatayong pinuno ng grupo na humarang kay Carlo?**

   a) Bryan

   b) Dennis

   c) Gary

   d) Jun

3. **Ano ang naging reaksyon ni Bryan sa tugon ni Carlo na "kaibigan ako ng sinuman"?**

   a) ikinagalit

   b) ikinalungkot

   c) ikinasaya

   d) ikinatuwa

4. **Kaninong kapatid ang sinagip ni Carlo mula sa pagkalunod?**

   a) Bryan

   b) Dennis

   c) Gary

   d) Jun

5. **Ano ang naramdaman ni Bryan nang mapagtanto na ang nakababatang kapatid ang sinagip ni Carlo?**

   a) napahiya

   b) napaismid

   c) napaluha

   d) napayabang

Answers

1. C – boy scouts
2. A – Bryan
3. A – reason to get angry
4. A – Bryan
5. A – ashamed

CHAPTER 6

ANG PAG-IBIG NI ALING TASING

Nag-iisang anak at sampung taong gulang pa lamang si Nordic nang **maulila** sa magulang. **Namatay** sila sa isang aksidente, bumangga ang kanilang kotse sa isang puno. Ang **nakatatandang** kapatid ng kaniyang ama na si **Tiya** Mercy ang **kumupkop** sa kaniya. Anim na taon na siyang kinukopkop ng tiyahin.

Si Tiya Mercy ay **matandang dalaga**, dala na rin siguro ng edad, madalas ay **napapagalitan** at **nasusungitan** si Nordic. Ang pakiramdam niya ay naging **pabigat** lamang siya sa buhay ng tiyahin. Wala lamang itong nagawa nang inihabilin siya ng mga **taga-DSWD**.

Kasama nila ng kaniyang Tiya Mercy si Aling Tasing, ang **katiwala** ng kaniyang tiya sa maliit nitong **panaderya**. Dalawang taon na rin **naninilbihan** si Aling Tasing sa kaniyang tiyahin. Ang katiwala ay biyuda at hindi nabiyayaan ng anak, bata lamang ito ng isang taon kay Tiya Mercy. **Nakasanayan** na ni Aling Tasing ang kasungitan ni Tiya Mercy. **Iniintindi** na lamang niya na marahil ay may pinagdaraanan ang matandang dalaga. Si Aling Tasing ay masipag, **mabait** at labis na mapagkakatiwalaan.

Bilang ganti sa pagkupkop at pagpapakain ng tiyahin, si Nordic ay tumutulong sa gawaing-bahay at panaderya. Siya ay **nagwawalis** ng maluwang na **bakuran**, nagpapakain ng alagang manok at aso ng tiyahin, at nagbabantay ng panaderya pagkatapos ng klase at sa mga araw na walang pasok sa paaralan. Madalas ipaghanda ni Aling Tasing ng merienda si Nordic, sa simula ay nahihiya siya ngunit kalaunan ay nakasanayan at madalas ay **hinahanap-hanap** niya. Hindi **naglaon**, naging **malapit** si Aling Tasing at Nordic sa isa't isa. Napapag-usapan nila ang mga bagay tungkol sa buhay. Tila nakahanap ng isang ina si Nordic sa **katauhan** ng katiwala at nakahanap naman ng anak ang katiwala sa katauhan ni Nordic.

Walang panahon si Tiya Mercy na **makipagkwentuhan** kay Nordic dahil lagi itong abala sa mga gawain ng panaderya. Hindi nga niya kinakausap ito kung walang iuutos at ito ang dahilan kung bakit madalas ang pakiramdam ni Nordic na siya ay pabigat lamang sa tiyahin. Sa anim na taon na paninirahan sa tiyahin ay hindi niya ito nakasabay **kumain**. Ngunit nang dumating si Aling Tasing, nagkaroon ng kasabay si Nordic sa **hapag-kainan**.

Dumating ang araw na kinatatakutan ni Nordic, "hindi ka na mag-aaral sa susunod na taon. Sapat na ang makatapos ka sa sekondarya. Masyado ng maraming gastusin. Panahon na upang magtrabaho ka at **suklian** naman ang kabaitan ko sa'yo," malakas ang tinig at tila may galit na winika ng kaniyang tiyahin. Masipag naman si Nordic, ngunit hindi niya maintindihan kung bakit tila walang pagmamahal ang tiyahin sa kaniya. Lagi nalang itong **nakabulyaw**. Tila ba **sinusumbat** sa kaniya bawat **mumo ng kanin** na kaniyang kinakain. Hindi maikakaila ni Nordic sa sarili na habang lumalapit ang kalooban niya kay Aling Tasing ay siya namang **paglayo** sa kaniyang tiyahin. Marahil ang matinding **utang na loob** na lang ang nagpapapanatili sa kaniya sa bahay ng tiyahin.

Nang minsang inutusan ni Tiya Mercy si Aling Tasing sa **palengke** ay **pinasama** si Nordic. Marami daw ang kailangang bilhin at **makakatulong** siya sa **pagbubuhat**. Laking gulat na lamang ng **binata** ng bilhan siya ni Aling Tasing ng **salawal, kamiseta** at bagong **tsinelas**.

"Para sa akin po ba talaga ang mga 'yan?" **Tanong** ng binata.

"Oo, para sa'yo ang mga ito, napansin ko kasing **gapok** na ang iyong mga **gamit**, malapit ng bumigay. Huwag ka nang **mahiya**, isipin mo nalang na **regalo** ko ang mga 'yan sa iyong **kaarawan**," sagot naman ng matandang katiwala.

Kaniyang kaarawan... Oo nga pala, sa makalawa na iyon. "Naku, maraming salamat po Aling Tasing," masayang kinuha ni Nordic ang iniaabot ng matanda.

Sa kaniyang kaarawan, sinuot ni Nordic ang mga regalo ni Aling Tasing. Ngunit **nagalit** ang kaniyang tiyahin. Una ay inakalang **nangungupit** si Nordic. "Regalo po ni Aling Tasing ang mga ito," paliwanag ng binata. Upang hindi mapahiya, pinagalitan nalang ng tiyahin ang binata.

"Hindi ka na nahiya, **nagpaawa** at **nanghingi** ka pa sa katiwala. Alam mo naman na maliit lang ang **pasahod** ko kay Tasing," pasigaw na winika ni Tiya Mercy.

Minsan naman ay ginupo ng **mataas** na **lagnat** si Nordic, ngunit walang pag-aalala ang tiyahin. "Sus, lagnat laki lang iyan, painumin mo ng gamot," pasungit na utos ng tiyahin kay Aling Tasing.

Ngunit ang katiwala ay magdamag na **nagbantay** sa binata, pinupunasan ang **pawis** sa likod. Tila **pag-aaruga** ng isang ana sa anak ang ipinaramdam ni Aling Tasing kay Nordic. Lumipas ang mga araw at lalong napamahal sa isa't isa sila Nordic at Aling Tasing.

Isang gabi ay ginising si Nordic ng malakas na **pag-uga** ng buong kabahayan. Napakalakas na **lindol**, **naalimpungatan** ang binata sa hindi inaasahang pangyayari. Napasilip siya sa bintana at nakita ang **rumaragasa**ng **lahar**. Napuno ng takot at pangamba ang binata. Mabilis siyang **umakyat** upang gisingin sina Tiya Mercy at Aling Tasing na natutulog sa magkabilang **silid**.

"Gising! Gising! Kailangan nating **lumikas**, rumaragasa ang lahar," malakas na sigaw ni Nordic habang malakas na kinakatok ang pintuan ng dalawang silid.

Krakk! Krakk! **Magigiba** at **guguho** na ang bahay! Sinalpok ito ng lahar!

Krakkk!... masisira ang bahay! Narinig ni Nordic ang mga sigaw ni Tiya Mercy at Aling Tasing. Kapagdaka'y tumakbo si Nordic patungong silid. Kailangang may matulungan siya! Kailangang may mailigtas siya! Binuksan niya ang isang pintuan, biglang nagdilim ang lahat para kay Nordic.

Kinaumagahan, kita ang bakas ng **pag-aalboroto** ng **bulkan**. Maraming bahay at buhay ang nasira, ang iba ay naanod ng lahar. Sa ibabaw ng isang inaanod na **bubong** ng bahay ay naroon ang mga walang malay na sina Nordic, at Aling Tasya. Wala si Aling Magda!

Nang magkaroon ng malay, **napagtanto** ni Nordic na isa ang tiyahin sa mga buhay na inanod ng lahar. Hindi na niya ito napuntahan sa silid. Hindi sinadya ni Nordic ang pumili ng unang ililigtas, ang nasa isipan niya ng mga panahong iyon ay kailangang iligtas ang dalawang matanda. Umiiyak na nakatitig sa kawalan si Nordic, hindi niya ninais na mawala ang tiyahin, ngunit sa puso niya, alam niyang ang tunay na pag-ibig ni Aling Tasing para sa kaniya ang tumawag sa kaniyang isipan at kamalayan upang unang mabuksan ang pintuan ng silid ng katiwala.

Buod ng Kwento

Si Tiya Mercy na ang kumupkop kay Nordic nang maulila siya sa mga magulang. Sa loob ng anim na taon sa pananatili ni Nordic sa piling ng tiyahin ay hindi niya naramdaman ang tunay na pagmamahal at pag-aalaga nito. Ang mga hinahanap ay naramdaman niya kay Aling Tasing, ang katiwala ng kaniyang tiyahin. Isang sakuna ang tatawag at gigising sa kaniyang kamalayan tungkol sa tunay na pag-ibig.

Summary of the story

Aunt Mercy adopted Nordic when he was orphaned. He was living with her for six years but never had he felt the love and care of his aunt. He found the feelings he've been looking for with Aling Tasing, his aunt's caretaker. A disaster will awaken the young man's mind and heart on the meaning of true love.

Vocabulary

maulila: became an orphan

namatay: died

nakatatandang: older

tiya: aunt

kumupkop: provided shelter for

matandang dalaga: old maid

napapagalitan: to reprimand

nasusungitan: to treat someone with harshness

pabigat: burden

taga-DSWD: people from the Department of Social Welfare and Development

katiwala: caretaker

panaderya: bakery

naninilbihan: serving

nakasanayan: get used to

iniintindi: trying to understand

mabait: kind

nagwawalis: sweeping the floor

bakuran: backyard

hinahanap-hanap: looking for

naglaon: later

malapit: to become close

katauhan: in the person of

makipagkwentuhan: to share stories with

kumain: to eat

hapag-kainan: dining table

suklian: to give back

nakabulyaw: loud rebuke

sinusumbat: always mentioning as someone owing debt

mumo ng kanin: crumbs of rice

paglayo: to be detached

utang na loob: indebtedness; a Filipino cultural trait which literally means "a debt of one's inner self."

palengke: market

pinasama: asked to accompany someone

makakatulong: to be of help

pagbubuhat: to carry something

binata: young man

salawal: shorts

kamiseta: t-shirt

tsinelas: slippers

tanong: question

gapok: weak (referring to things)

gamit: things

mahiya: to be shy

regalo: gift

kaarawan: birthday

nagalit: got mad

nangungupit: filching

nagpaawa: to look pitiful

nanghingi: asked for

pasahod: payment given as salary

mataas: high

lagnat: fever

nagbantay: looked out

pawis: perspiration

pag-aaruga: to take care of

pag-uga: shaking

lindol: earthquake

naalimpungatan: to be jolted awake

rumaragasa: intense flowing

lahar: a destructive mudflow on the slopes of a volcano

umakyat: climbed; went upstairs

silid: room

lumikas: to evacuate

magigiba: to be broken

guguho: to collapse

pag-aalboroto: disturbance

bulkan: volcano

bubong: roof

napagtanto: realized

Questions about the story

1. **Sino ang kumupkop kay Nordic nang maulila?**

    a) Biring
    b) Mercy
    c) Matilde
    d) Tasing

2. **Ilang taon nang kinukupkop ng tiyahin si Nordic?**

    a) anim
    b) apat
    c) dalawa
    d) lima

3. **Saan katiwala si Aling Tasing?**

    a) palengke
    b) pamilihan
    c) panaderya
    d) panahian

4. **Kanino naramdaman ni Nordic ang pagmamahal na hinahanap?**

    a) Biring
    b) Mercy
    c) Matilde
    d) Tasing

5. **Anong sakuna ang naranasan ni Nordic?**

    a) pag-aalboroto ng bulkan
    b) pag-aalboroto ng bundok
    c) pag-aalboroto ng ilog
    d) pag-aalboroto ng langit

Answers

1. B – Mercy
2. A – six
3. C – bakery
4. D – Tasing
5. A – volcanic disturbance

CHAPTER 7

ANG INA NI JULIA

Lumaki si Julia sa Kalye Raon, sa Barangay Quiapo. Kasama niya sa bahay ang kaniyang Ate Len-Len at ang kaniyang ama na si Mang Kanor, isang **sapatero**. **Magkapatid** sila sa ama, namatay sa **panganganak** ang ina ng kaniyang ate. Ngunit ni minsan ay hindi nagkwento si Mang Kanor tungkol sa ina ni Julia. Masyado pa raw siyang bata upang **malaman** at **maintindihan** ang **totoong** nangyari dito.

Araw-araw ay masayang naglalaro sa **kalsada** si Julia. Siya ay anim na taong gulang na. Magkapatid lang sila sa ama ng kaniyang ate, ngunit tunay na kapatid ang **turing** niya dito. Bagamat masaya sa **piling** ng ama at kapatid, hindi pa rin maiwasan ni Julia na **paminsan-minsan** ay isipin ang ina, kung ano ang **itsura** niya, kung **matangkad** ba ito, kung maganda ba ito.

Isang araw, **napalayo** ng **paglalaro** si Julia at ang kaniyang mga kaibigan, napunta sila sa tindahan ng **kakanin** sa may **kanto**. Nakuha ang **atensiyon** ni Julia ng mga tinintindang kakanin at bago pa niya namalayan ay nasa tabi na niya ang matandang tindera na may **napakatamis** na ngiti.

"Ano'ng **nagugustuhan** mo iha?" tanong ng tindera.

"**Nahihirapan** po akong **pumili**, pero susubukan ko nalang po ang **sapin-sapin**," nakangiting tugon ni Julia.

Nang maglalabas na ng **pambayad** si Julia ay **pinigilan** siya ng **tindera**.

"Huwag ka ng **mag-abala**, regalo ko na sa iyo 'yan," nakangiting sabi ng tindera.

Pagkauwi ng bahay ay sinalaysay niya ang nangyari sa kaniyang ama at kapatid. "Sino po kaya ang matandang tindera ng kakanin na iyon?" tanong ni Julia.

"Matandang nagtitinda ng kakanin?" may **himig** ng **pagkabigla** na naitanong ng ama.

Tila **magaan** ang loob ni Julia sa matandang babae, kaya **napadalas** ang **pagbisita** niya sa tindahan ng matandang babae. Minsan ay hindi niya mapigilan ang sarili na maitanong, "bakit kaya nagtratrabaho pa siya? Napakatanda na niya."

Lumipas ang ilang araw ng pagbisita ni Julia sa tindahan ng matandang babae, medyo nakagaanan niya ito ng loob. **Natikman** na rin niya ang iba't ibang uri ng kakanin na binebenta ng babae. Nalaman niyang nag-iisa na lamang ito sa buhay at may **hinahanap** na anak. Nalaman rin niyang wala na siyang pwedeng **asahan** kaya **nagsisikap** pa rin ito sa pagtitinda.

Minsan ay sinamahan ni Julia ang ama sa sapatusan. Sumakay sila ng ama sa **padyak** at nadaanan nila ang pwesto ng tindahan ng matandang babae. Hindi umimik si Julia ngunit napansin niyang **nakatitig** ang kaniyang ama sa nagtitinda ng kakanin, ngumiti naman ang babae sa kaniyang ama at nakita niya ang pag-iwas ng mga mata ni Mang Kanor.

"**Kilala** niyo po ba si Aling Nena, 'Tay?" tanong ni Julia sa ama.

"A... A... Aling Nena? Bakit alam mo ang kaniyang pangalan? Hindi ko siya kilala." Utal na sagot ng ama sa anak at hindi **makatingin** ng **diretso** sa anak.

"Simula po noong binigyan niya ko ng kakanin, madalas ko na po siyang binibisita sa kaniyang tindahan. May hinahanap po pala siyang anak, kawawa naman siya." paliwanag ni Julia sa ama.

Nagtataka man sa naging kilos at salita ng ama ay hindi na inintindi ito ni Julia. Nang hapong iyon ay sinundo nila si Len-Len. Pagdating nila sa bahay ay pumasok agad sila at **binilin** ng ama na huwag na silang **maglalaro** sa labas at dahil malapit ng dumilim, may bibilin lamang daw siya sa tindahan.

Hindi namalayan ni Mang Kanor ang **pagsunod** sa kaniya ni Julia. Nakarating siya sa tindahan ni Aling Nena. **Malinaw** niyang narinig ang pag-uusap ng dalawa.

"Bakit ka nandito at nakipaglapit sa aking anak? Hindi ka niya kilala at wala akong planong ipakilala ka sa kaniya," wika ni Mang Kanor kay Aling Nena.

"Nais ko lamang siyang makita. Kahit sa **malayo** ay masaya na ako. Gusto ko sana siyang makilala at nais kong magpaliwanag, pero alam ko'ng hindi mo iyon **magugustuhan** kaya masaya na ko ng ganito. Kahit hindi na malaman ni Julia ang lahat. **Patawarin** mo ko sa lahat, lubos ang aking **pagsisisi**," sagot ni Aling Nena kay Mang Kanor.

Sapat na ang kaniyang narinig, **iniwan** niyang nag-uusap pa rin ang dalawa, ngunit nagdesisyon na si Julia na umuwi. Nilapitan at niyakap niya si Mang Kanor pagkauwi nito ng bahay. Habang **humihikbi** ay tinanong ang ama, "siya po ba ang aking ina? Si Aling Nena?"

"Ano ba ang nanyayari sa'yo? Bakit ka nagtatanong ng ganyan? Hindi siya ang iyong ina," pagtanggi ni Mang Kanor.

"**Narinig** ko po ang lahat," lumuluhang tugon ni Julia.

Nagulat si Mang Kanor sa tinuran ng anak, ngunit naisip niyang hindi na magiging tama ang **magsinungaling** pa sa bata. Napilitan siyang aminin ang totoo, **nauutal** at unti-unti niyang pinaliwanag sa anak ang lahat.

"Patawarin mo ko anak, hindi ko sinasadayang itago sa'yo ang lahat. Iniwan tayo ng iyong ina matapos kang ipanganak nang hindi ko malaman ang dahilan. **Nabalitaan** ko nalang na sumama lang pala siya sa ibang mas bata kaysa sa akin na kalaunan ay iniwanan din siya. Mahal na mahal kita at ayokong maramdaman mo ang sakit na naramdaman ko rin noon," umiiyak na pagsasalaysay ng ama.

"Kaya pala lumaki ako ng walang ina... ngunit 'Tay, nais ko po sana siyang makilala at mabigyan ng pagkakataon," lumuluhang tugon ng anak.

Niyakap ni Mang Kanor ang anak. Nang gabi ring iyon ay dinala ni Mang Kanor si Julia kay Aling Nena. Bakas sa mga mata at ngiti ni Julia ang **pagkasabik** na nararamdaman. Hindi na napigilan ni Aling Nena ang sarili, lumapit at niyakap si Julia habang walang patid na sinasabi ang, "patawad anak."

Saksi ang **buwan** at ang mga **bituin** sa **kapatawaran** at pagmamahal na binigay nina Mang Kanor, Aling Nena at Julia sa isa't isa. Masaya si Julia na sa wakas ay makilala ang ina. Hindi naman maitatanggi na magaan ang pakiramdam ni Mang Kanor. Napatunayan niyang ang katotohanan ay malalantad sa tamang panahon kahit anong tago mo rito. Napagtanto rin niya ang **kahalagahan** ng pagpapatawad.

Buod ng Kwento

Lumaki si Julia sa piling ng ama at kapatid. Masaya man sa piling ng mga kapamilya ay hindi maiwasan ng bata ang mag-isip kung nasaan at ano ang nangyari sa kaniyang ina --- na kahit minsan ay hindi nabanggit ng ama. Nang makilala niya ang matandang tindera ng kakanin, tila may puwang sa puso niya ang napuno.

Summary of the story

Julia grew up living with her father and sister. She was happy living with them, but she couldn't deny one truth, she kept on thinking where and what happened to her mother --- someone her father never mentioned to her. She met an old woman in charge of a *kakanin* store, she felt a gap in her heart was filled.

Vocabulary

sapatero: shoemaker

magkapatid: siblings

panganganak: giving birth

malaman: to find out

maintindihan: to understand

totoong: true

araw-araw: everyday

kalsada: road

turing: treatment

piling: to live with

paminsan-minsan: sometimes

itsura: appearance

matangkad: tall

napalayo: went something far

paglalaro: play

kakanin: In the Philippines, a generic term for sweets made of glutinous rice and coconut milk

kanto: corner of a street

atensiyon: attention

napakatamis: very sweet

nagugustuhan: finding something (or someone) as a favorite (or close to heart)

iha: from the Spanish word "hija" commonly used in the Philippines as a generic term for a female child or daughter

nahihirapan: finding it hard

pumili: to choose

sapin-sapin: layered glutinous rice and coconut dessert in Philippine cuisine

pambayad: payment

pinigilan: stopped

tindera: woman in charge of a store

mag-abala: to bother

pagkauwi: went home

himig: tone

pagkabigla: to be surprised

magaan: lightweight

napadalas: became often

pagbisita: to visit

natikman: to taste

hinahanap: to look for

asahan: to depend on

nagsisikap: to be diligent

padyak: a form of transportation in the Philippines; a bicycle with attached side car that uses human pedal power to transport passengers

nakatitig: to stare steadily and continuously over a period of time
kilala: to know someone
makatingin: to look
diretso: directly
binilin: asked someone to do something
maglalaro: to play
pagsunod: to follow
malinaw: clear
malayo: far
magugustuhan: to like
patawarin: forgive

pagsisisi: repentance
iniwan: left
humihikbi: sobbing
narinig: heard
magsinungaling: to lie
nauutal: stuttering
nabalitaan: heard a news
niyakap: hugged
pagkasabik: excitement
saksi: witness
buwan: moon
bituin: stars
kapatawaran: forgiveness
kahalagahan: importance

Questions about the story

1. **Ano ang trabaho ni Mang Kanor?**

   a) barbero

   b) guro

   c) sapatero

   d) tubero

2. **Saan masayang naglalaro si Julia?**

   a) kalsada

   b) eskwela

   c) palaruan

   d) tahanan

3. **Anong klaseng kakanin ang sinubukan ni Julia?**

   a) kalamay

   b) kutsinta

   c) sapin-sapin

   d) tikoy

4. **Ano ang pangalan ng tindera ng kakanin?**

   a) Biring

   b) Julia

   c) Len-Len

   d) Nena

5. **Sa huli, ano ang napagtanto ni Mang Kanor?**

   a) kahalagahan ng pagpapakain

   b) kahalagahan ng pagpapatawad

   c) kahalagahan ng pagsusuri

   d) kahalagahan ng pagsasabi

Answers

1. C – shoemaker
2. A – road
3. C – layered glutinous rice and coconut dessert in Philippine cuisine
4. D – Nena
5. B – importance of forgiveness

CHAPTER 8

ANG TUNAY NA REGALO NI ALING SELING

Malapit na ang pagtatapos ni Mika sa sekondarya. Pareho sila ng kaniyang ina na labis ang **pananabik** sa nalalapit na araw. **Magkaiba** man ang kanilang dahilan, isa lang ang hindi **maikakaila** --- pareho silang hindi **makatulog**. Dahil sa pananabik sa magiging buhay at bagong **makikilala** sa kolehiyo kay Mika. Si Aling Seling, ang kaniyang ina, ay dahil sa **pag-iisip** ng maaaring **ibigay** na regalo sa anak. May **puwesto** siya sa palengke at doon kumukuha ng **kabuhayan** para sa kanilang.

Isang araw ay nakita ni Aling Seling ang larawan sa **pahayagan** --- may bagong teleponong selular na ilalabas. Hindi niya masyadong maintindihan ang mga nakasaad na salitang **pang-engganyo**, ngunit ang sigurado siya ay nakahanap na siya ng regalo para sa anak.

Agad siyang pumunta sa **pamilihan kinabukasan**. Itinaon niya nasa paaralan ang anak. Plano niyang gawing **sorpresa** ang regalo sa anak.

Pinaliwanag ng nagtitinda ang teleponong selular. "Maganda nga at tamang-tama ito, medyo malayo ang paaralan ni Mika sa kolehiyo," hindi napigilan ni Aling Seling ang **magkomento**. Sakto ang **naipon** niya at dahil dito ay hindi na siya **nagdalawang-isip** na bilhin ang kaniyang "regalo."

Pagdating sa bahay ay agad niyang **binalot** at **tinago** sa aparador ang kaniyang nabili. Naisip niyang siguradong **magugulat** at **matutuwa** ang anak. Apat na taon na rin ang ginagamit ni Mika at ito ay **luma** pa ng nabili ng anak mula sa ipon sa **baon**.

Mabilis lumipas ang mga oras at araw. Dumating ang araw na pinakahihintay ng mag-ina --- ang araw ng pagtatapos. Pareho silang **nagbihis** ng maganda. Tila **pinaghandaan** talaga ang **espesyal** na araw. Hindi napigilan ni Aling Seling ang maiyak habang nasa **entablado** at isinusuot ang medalya sa anak. Nagtapos si Mika ng may **karangalan**. Labis ang **pagmamalaki** na nararamdaman ni Aling Seling.

Pagkatapos ng programa at seremonya, nagpakuha ng larawan ang mag-ina. Nagpakuha rin ng larawan si Mika kasama ang ilang guro, kaibigan at kamag-aral. Bago umuwi ng bahay ay kumain muna sila sa isang **mamahaling restawran**. Sa bahay na ibinigay ni Aling Seling ang regalo sa anak.

Sabik na binuksan ni Mika ang regalo ng ina. Nanlaki ang mga mata sa nakita.

"Naku! Bagong telepono? Salamat Nanay! Masayang-masaya ako! Medyo nagloloko na nga ang ginagamit ko. Maraming salamat po," sabay **halik** at **yakap** pa sa ina. Masaya at kuntento naman si Aling Seling sa nakitang kaligayahan ng anak.

Ngunit, tila nagbago ang **ugali** ni Mika dahil sa regalo ng ina. **Parati** na lamang **nakatutok** ang dalagita sa kaniyang telepono. Hindi katulad ng pinaglumaang telepono, nagkaroon si Mika ng kakayahang magbasa ng nobela, manuod ng **pelikula** o **teleserye**, maglaro at higit sa lahat makakilala ng iba't ibang tao gamit ang mga **makabago**ng paraan ng pakikipagkilala katulad ng *Facebook* o *Instagram*. Napansin din ni Aling Seling na tila laging may hinihintay na mensahe o tawag ang anak. Hindi maikakaila ang konting lungkot na nararamdaman ni Aling Seling, naging **madalang** ang pag-uusap nila ng anak kahit pa **bakasyon sa klase**. Madalas **magkulong** ng silid ang anak, hawak ang kaniyang telepono.

Isang gabi, hindi **sinasadyang** narinig ni Aling Seling ang pakikipag-usap ni Mika sa matalik nitong kaibigan na si Karizma.

"Alam mo Kariz, **magkikita** kami ni Oliver bukas! Sa wakas makikilala ko na rin siya ng personal. Sa palagay ko ay **guwapo** siya, matangkad, **maputi** at higit sa lahat **singkit!**" Kinikilig na kwento ni Mika sa kaibigan.

"Paano mo naman naisip na ganyan ang kaniyang itsura?" Tanong ni Karizma.

"Ilang beses na kaming nagpalitan ng larawan. Hay... Napakaguwapo niya, parang artista ang mukha. Kaya bukas plano ko na siyang gawing kasintahan." **Kinikilig** pa rin ang boses ni Mika.

"Ha? Kasintahan? Unang beses pa lang kayo magkikita, kasintahan na agad?" Nagulat si Karizma sa sinabi ng kaibigan.

"Basta, ako ng bahala dun. Marami na kaming usapan ni Oliver. Maging masaya ka nalang para sa akin, puwede? Sa wakas magkakaroon na ng kasintahan ang matalik mong kaibigan." Hindi pa rin mawala ang kilig sa boses ni Mika.

Nabahala si Aling Seling sa narinig. Kumatok siya sa silid ng anak.

"Sandali lang Karizma ha, tatawag na lang ulit ako sa'yo. Kakausapin ko lang si Nanay, kumakatok siya. Paalam. Mamaya na ulit." At binaba na ni Mika ang telepono.

"Bakit po, 'Nay?" Tanong ni Mika habang binubuksan ang pinto.

"Nag-aalala lang ako sa narinig ko, makikipagkita ka sa hindi mo kakilala? At gagawin mo pang kasintahan sa una ninyong pagkikita?" May himig ng pag-aalala na tanong ng ina.

"'Nay, nakikinig po kayo sa usapan namin ni Karizma? Parang hindi naman po tama 'yon." Tila naiinis na sagot-tanong ni Mika sa ina.

"Hindi ko sinasadyang marinig ang usapan ninyo, pero dahil narinig ko na, naisip ko'ng dapat ka'ng bigyan ng **paalala**," may pag-aalala pa rin ang tinuran ng ina.

"Kaya nga po kami magkikita ni Oliver para lalo pang magkakilala. Hirap naman sa inyo, 'Nay, minsan na nga lang ako **lumabas** marami pa 'kong narinig. Hindi ko rin naman **pinabayaan** ang pag-aaral ko, nagtapos pa ako ng may pagkilala," sagot ni Mika bago **padabog** na pumasok sa kuwarto.

Nasaktan si Aling Seling sa sagot ng anak, ngunit bago umalis sa pintuan ng kuwarto ng anak ay sinabi ang, "mahal kita anak kaya kita pinapaalalahanan."

Kinabukasan, wala na si Mika sa kaniyang kuwarto nang tawagin ni Aling Seling para kumain ng **almusal**. Hindi naiwasan ni Aling Seling ang malungkot at mag-alala ngunit wala na siyang magagawa, nagpadala na lamang siya ng mensahe kay Mika, "**mag-iingat** ka at sana ay umuwi ka bago dumilim."

Isang oras naghintay ngunit walang tugon si Mika. Nagpunta na lang siya sa puwesto sa palengke at sinubukang abalahin ang isip sa ibang bagay. Lumipas ang maghapon ngunit hindi naiwasan ni Aling Seling na isipin ang anak. Nang papaalis na siya ng palengke para umuwi, nakita niya si Mika mula sa malayo. Hindi man niya lubusang makita ang mukha ng anak, alam niyang umiiyak ito. Nilapitan niya ang anak.

"Anong nangyari, bakit ka umiiyak?" Tanong ng ina.

"Niloko po ako ni Oliver, umalis siya na dala ang bag ko, lahat ng gamit ko," umiiyak na tugon ng anak. Sinalaysay pa ng anak na nagkita sila ni Oliver sa **parke**, **inalalayan** siya nito at **inalok** na **bitbitin** ang bag niya. Pakiramdam niya ay **maginoo** ang lalaki. Nagpaalam siya para gumamit ng **palikuran**, dahil sa tiwala hindi niya naisipin na kuhanin ang kaniyang bag. Hindi niya man lang naisip na may **masama** palang **balak** ito. Labis ang pag-iyak ng anak, niyakap siya ng ina at sinabing, "hayaan mo na ang mga gamit mo anak, ang mahalaga ay **ligtas** at hindi ka nasaktan. Halika na umuwi na tayo."

Habang naglalakad pauwi, naisip ni Mika na hindi ang bagong teleponong selular ang **tunay** na regalo ni Aling Seling kundi ang **mahalagang aral** ng buhay --- makinig sa payo ng magulang at iwasan ang labis na **magtiwala** sa taong hindi lubos na kakilala. Alam niyang hindi sinadya ng ina, ngunit ang "tunay" na regalong ito ay dadalhin niya sa **pagsisimula** niya sa **pakikisalamuha** sa mga bagong makikilala sa kaniyang kolehiyo.

Buod ng Kwento

Masayang-masaya si Mika sa kaniyang bagong teleponong selular na regalo ng ina para sa kaniyang pagtatapos sa sekondarya. Marami itong makabagong tampok na hindi kayang gawin ng luma niyang telepono. Nang makilala niya si Oliver, natuklasan niya na hindi ang teleponong selular ang tunay na regalo ng ina, kundi ang mahahalagang aral ng buhay na gagamitin niya sa pagsisimula ng buhay kolehiyo.

Summary of the story

Mika was very happy to receive a new cellphone, a high school graduation gift from her mother. It had a lot of innovative features that she couldn't find on her old phone. She met Oliver and he accidentally made her realize that her mother's real gift is not the new cellphone, but important lessons in life that she can bring as she embark on her college life journey.

Vocabulary

pananabik: to feel excited

magkaiba: different

maikakaila: to deny

makatulog: to sleep

makikilala: to meet

pag-iisip: thinking

ibigay: to give

puwesto: stall

kabuhayan: source of income; livelihood

pahayagan: newspaper

pang-engganyo: to attract; cause (someone) to have a liking or interest for something

pamilihan: mall

kinabukasan: the following day

sorpresa: surprise

magkomento: to comment

naipon: savings

nagdalawang-isip: think twice

binalot: wrapped

tinago: kept

magugulat: will be surprised

matutuwa: will be happy

luma: old

baon: allowance (usually monetary given to a student by parent / guardian for daily school expenses)

nagbihis: dressed up

pinaghandaan: prepared for

espesyal: special

entablado: stage

karangalan: honor; award(s)

pagmamalaki: to be proud of

mamahaling restawran: expensive restaurant

halik: kiss

yakap: hug

ugali: behavior

parati: always

nakatutok: focused on

pelikula: film; movie

teleserye: In the Philippines, the term refers to a television soap opera

makabago: innovative

madalang: rarely

bakasyon sa klase: class vacation

magkulong: to confine oneself in one place

sinasadyang: intentional

magkikita: to meet with

guwapo: handsome

maputi: having a fair skin

singkit: having slanted eyes
kinikilig: to feel romantically excited
nabahala: felt concerned
paalala: reminder
lumabas: in the Philippines, can be used to refer to activities or going out with friends
pinabayaan: neglected
padabog: an act to show irritation or anger to someone (example: stomping feet harder than usual or closing the door noisier)
nasaktan: got hurt
almusal: breakfast
mag-iingat: to take care

parke: park
inalalayan: to physically support
inalok: offered
bitbitin: to carry
maginoo: gentleman
palikuran: restroom
masama: bad; negative
balak: intent
ligtas: safe
tunay: real
mahalagang: essential
aral: lesson
magtiwala: to trust
pagsisimula: to start
pakikisalamuha: to mingle with

Questions about the story

1. **Ano ang pagtatapos na dadaluhan ni Mika?**

   a) elementarya

   b) sekondarya

   c) kolehiyo

   d) pagdodoktor

2. **Ano ang nakita ni Aling Seling sa pahayagan na naging daan upang makaisip siya ng regalo kay Mika?**

   a) lakasan

   b) larangan

   c) larawan

   d) laruan

3. **Anong uri ng restawran kumain si Mika at ina bago umuwi ng bahay pagkatapos ng seremonya ng pagtatapos?**

   a) mamahalin

   b) mamahayag

   c) mumultahin

   d) mumurahin

4. **Kanino ikinuwento ni Mika sa telepono ang kanilang pagkikita ni Oliver?**

   a) Aling Seling

   b) Louie

   c) Karizma

   d) Sidney

5. **Sa huli, ano ang naisip ni Mika na tunay na regalo ng ina?**

   a) mahalagang aral

   b) mamahaling bag

   c) maraming pera

   d) teleponong selular

Answers

1. B – secondary (high school)
2. C – larawan
3. A – expensive
4. C – Karizma
5. A – essential lesson

CHAPTER 9

ANG TOTOONG KWENTO NG MGA NAWAWALANG SAPATOS

Nasa **katamtamang** estado lamang ng **pamumuhay** ang pamilya ni Tomas. Siya ay nasa ikaanim na baitang. Ang kaniyang **nakababatang** kapatid naman na si Maita ay nasa ikaapat na baitang. Hindi sila **mayaman** ngunit hindi rin naman sila **hikahos** sa buhay. Nakakapag-aral silang magkapatid ng walang iniintinding problemang pampinansiyal. Ang kanilang ama na si Mang Nicanor ay empleyado sa isang magandang kumpanya, ang kanilang ina naman na si Aling Lina ay **kahera** sa isang sikat na pamilihan. Hindi man sila pinalaki sa **luho** ng mga magulang, hindi rin naman nila naranasan ang maging **salat** sa buhay.

Isang araw ay napansin ni Aling Lina ang **sapatos** ni Tomas.

"Tomas, bakit lumang **sapatos na goma** ang suot mo? Hindi ba kabibili lang namin ng **bago**? Parang dalawang linggo pa lang ang **nakakalipas** ha, at ang klase ninyo sa **PE** ay isang beses lang sa isang linggo. Huwag mong sabihin na **nasira** agad iyon?" **nagtatakang** tanong ng ina.

Tumingin lamang si Tomas sa ina ngunit **sinubukan** na iwasan ang mga mata. Nagkataon na dumating na rin ang kanilang **sundo** na **maghahatid** sa kanila ng kaniyang kapatid sa paaralan. **Bumusina** ito ng malakas kaya tinawag ni Tomas ang kapatid.

"Maita, **bilisan** mo, baka **mahuli** tayo sa klase." Malakas na sigaw ni Tomas, **humalik** ito sa ina at dali-daling lumabas ng bahay. "Aalis na po kami, mag-iingat po kayo pagpasok ninyo sa pamilihan," pagpapaalam ni Tomas.

Nang **makaupo** sa **sasakyan** ay **napahinga** ng malalim si Tomas sabay **bulong** ng, "**muntik** na ako doon ha."

Sa paaralan ay naging abala at masaya ang araw ni Tomas. **Nakalimutan** na niya ang pagtatanong ng ina tungkol sa kaniyang sapatos. **Pag-uwi** nila ng kapatid sa bahay kinagabihan ay nagulat siya sa nakitang karton ng sapatos.

"'Nay, kanino po ang sapatos na goma?" tanong ni Tomas kay Aling Lina.

Ngumiti ang ina sabay sabi ng, "sa iyo ang sapatos na iyan. **Mahirap magsuot** ng luma kapag PE."

Nang buksan ni Tomas ay nanlaki ang kaniyang mga mata, napansin niya agad na **mamahalin** ito --- mas mahal sa binigay sa kaniya dalawang linggo ang nakakalipas.

"Salamat po 'Nay," nakangiting sabi ni Tomas sa ina at tumuloy na siya sa kaniyang silid.

Nang sumunod na linggo ay sinuot ni Tomas ang bago niyang sapatos.

"Bagay na bagay sa iyo anak, binata ka na talaga. Ang bilis lumipas ng panahon," hindi napigilan ni Aling Lina na maging sentimental nang **bahagya**.

" 'Nay naman, baka magkaiyakan pa tayo, andiyan na po ang aming sundo," tugon ni Tomas at **yumakap** na siya sa ina.

Makalipas ang ikalawang linggo, nagulat si Aling Lina nang tanungin siya ni Mang Nicanor bago sila matulog. **Nagbabasa** ng pahayagan ang lalaki at naghahanda naman sa pagtulog ang babae.

"Akala ko ba ay binilhan mo ng bagong sapatos si Tomas kaya **naubos** ang **sahod** mo noong nakaraan. Sinabi mo pa sa akin na mas mahal ang binili mo para mas **matibay**," pahayag ni Mang Nicanor.

"Oo nga, bumili talaga ako ng mas mahal para hindi madaling **masira**," pagulat na sagot ni Aling Lina.

"Kung kakabili mo lang, bakit luma ang suot ng anak mo kanina nang dumating siya sa bahay?" tanong ni Mang Nicanor.

Madalas ay hindi na naabutan ni Mang Nicanor ang **pag-alis** ng dalawang anak pagpasok sa paaralan, maaga kasi siyang umaalis araw-araw para maiwasan ang **mabigat** na **daloy** ng **trapiko**. Si Aling Lina naman ay hindi **nakapirmi** ang oras ng pasok, nag-iiba ang oras ng pasok niya. Nang araw na iyon ay maaga siyang umalis ngunit ginabi ng uwi kaya hindi siya nagkaroon ng pagkakataon na **masuri** ang suot ng anak.

"Hayaan mo at tatanungin ko ang iyong anak bukas. Gabi na, matulog na tayo," wika ni Aling Lina sa asawa.

Kinabukasan...

"Anak, totoo ba na lumang sapatos na goma na naman ang suot mo kahapon? Kabibili ko lang ng bago, hindi ba?" tanong ni Aling Lina sa anak.

Nagdahilan si Tomas na nakalimutan raw niyang may bago pala siyang sapatos. Kinakabahan at **pinagpapawisan** na si Tomas ,sabay pagdating ng sasakyan na maghahatid sa kanila sa paaralan.

"Aalis na po kami, mag-iingat po kayo sa pagpasok mamaya," yumakap at humalik si Tomas sa ina at nagmamadaling lumabas ng bahay.

Napansin ni Aling Lina ang naging reaksyon ng mukha ng anak, kaya pagkaalis nito ay pumasok siya sa silid ni Tomas at hinanap ang sapatos. Hindi niya nakita ang mga hinahanap kaya't pag-uwi ni Tomas ng hapong iyon ay tinanong niya agad ito.

"Nasaan ang dalawang sapatos na binili namin sa iyo ngayong buwan na ito? Dalawang linggo lang ang pag-itan ng dalawang bagong sapatos? Ilabas mo at ipapagawa ko bukas kung may **sira**," wika ng ina sa anak.

Nabalisa at pinawisan si Tomas. Alam niyang wala na siyang **takas** kaya napilitan siyang **umamin** sa ina.

"Patawad po 'Nay, pero dalawang kamag-aral ko po ang pinagbigyan ko ng mga sapatos. Naawa po kasi ako sa kanila, sira na po ang **swelas** ng kanilang mga sapatos, maaksidente na po sila sa aming laro. Hindi po kasi kaya ng kanilang mga magulang ang bilhan sila ng bago. Ang lumang sapatos ko po ay maayos pa naman," mahabang paliwanag ni Tomas habang lumuluha.

Napakalakas na tinig ang naisagot ng ina sa tinuran ng anak.

"Ano? Binilhan ka ng bago tapos ay ipinamimigay mo lang? Walang masama sa pagbibigay, anak. Ang masama ay ang **pagsisinungaling** mo! At hindi mo man lang naisip na naubos ang sahod ko para lang mabili ang mamahaling sapatos na iyon, walang natira para sa akin, masiguro ko lang na **de-kalidad** ang **gamit** mo! **Pinaghirapan** at **pinagpaguran** ko ng ilang araw ang isang bagay na pinamigay mo." Hindi na **napigilan** ni Aling Lina ang maiyak.

Kinurot ang puso ni Tomas sa mga sinabi ng ina. "Patawarin niyo po ako, 'Nay. Dahil sa labis na **awa** ko sa kamag-aral ko ay nakalimutan kong **pahalagahan** ang **sakripisyo** ninyo. **Pangako** po, hindi na ako magsisinungaling at pagka-iingatan ko na lahat ng bagay na galing sa inyo. Sana po ay mapatawad ninyo ako," umiiyak na wika ni Tomas habang **nakaluhod** sa **harapan** ng ina.

Nakita naman ni Aling Lina ang pagsisisi ng anak, niyakap niya ito tanda ng pagpapatawad. Sa pag-amin ni Tomas, kahit papaano'y naibsan ang kaniyang alalahanin at katanungan tungkol sa totoong kwento ng mga nawawalang sapatos.

Buod ng Kwento

Sa loob ng isang buwan, dalawang pares ng bagong sapatos na goma ang natanggap ni Tomas. Ngunit pinagtatakhan ng ina niya kung bakit ang lumang pares pa rin ang pinipilit niyang suotin. Hindi nagpapaliwanag si Tomas tuwing siya ay tatanungin ng ina. Isang araw, natuklasan ng ina ni Tomas na wala sa kaniyang silid ang dalawang pares ng sapatos.

Summary of the story

Tomas received two pairs of rubber shoes in one month. But it is a mystery to his mother why he insists on wearing his old pair. Tomas won't explain everytime he's asked for a reason on his decision. One day, his mother found out that the new pairs of shoes are not in Tomas' room.

Vocabulary

katamtamang: moderate; in the Philippines, usually used to refer to middle class family

pamumuhay: lifestyle

nakababatang: younger

mayaman: rich

hikahos: to be broke

kahera: cashier

salat: inadequate; lacking

sapatos: shoes

sapatos na goma: rubber shoes

bago: new

nakakalipas: passed by

PE: Physical Education class / subject in school

nasira: destroyed

nagtatakang: with a sound of curiosity

sinubukan: tried to

sundo: to fetch

maghahatid: will bring someone to a destination

bumusina: to sound an automobile horn

bilisan: to move fast

mahuli: to be late

humalik: kissed

makaupo: sat down

sasakyan: vehicle

napahinga: breathe

bulong: to whisper

muntik: almost

nakalimutan: forgotten

pag-uwi: arrived home

mahirap: hard

magsuot: to wear

mamahalin: expensive

bahagya: slight

yumakap: embraced

nagbabasa: reading

naubos: exhausted

sahod: salary

matibay: strong

masira: to break

pag-alis: departure

mabigat: heavy

daloy: flow

trapiko: traffic

nakapirmi: fixed

masuri: to observe

pinagpapawisan: sweating

sira: damaged

nabalisa: felt anxious

takas: to escape

umamin: to tell the truth

swelas: sole of shoes

pagsisinungaling: telling a lie

de-kalidad: quality

gamit: to use

pinaghirapan: worked hard to achieve something

pinagpaguran: got tired of working hard to achieve something

napigilan: to stop

kinurot: pinched

awa: pity

pahalagahan: to give importance

sakripisyo: sacrifice

pangako: promise

nakaluhod: kneeling down

harapan: in front of

Questions about the story

1. **Ano ang trabaho ng ina ni Tomas sa pamilihan?**

    a) empleyada
    b) kahera
    c) sapatera
    d) tindera

2. **Sino ang nakababatang kapatid ni Tomas?**

    a) Lina
    b) Louie
    c) Magda
    d) Maita

3. **Ano ang nakita ni Tomas minsan pag-uwi sa bahay?**

    a) karton ng pagkain
    b) karton ng pataba
    c) karton ng sapatos
    d) karton ng sopas

4. **Anong uri ng tinig ang naisagot ni Aling Lina sa pag-amin ni Tomas?**

    a) napakagalit
    b) napakagulo
    c) napakahina
    d) napakalakas

5. **Ano ang nangyari sa mga bagong sapatos ni Tomas?**

    a) nababago
    b) naluluma
    c) nawawala
    d) nawawasak

Answers

1. B – cashier
2. D – Maita
3. C – box of shoes
4. D – loudest
5. C – missing

CHAPTER 10

ANG TUNAY NA DIWA NG PASKO

Anak mayaman si Clarissa. Ang kaniyang ama na si Don Manuel at ina na si Señora Francisca ay **nagmamay-ari** ng **malalawak** na **sakahan** at **malalaking** pamilihan. Sa edad na labing-apat, nasa ikalawang taon sa sekondarya na siya. Sa murang edad ay marami at iba't ibang **bansa** na ang **narating** at **napasyalan** ni Clarissa. Lahat na rin ng uri ng **laruan** at nausong kagamitan ay naging pag-aari niya. Hindi niya naranasan ang **pawisan** man lang. Sa **eksklusibong** paaralan siya nag-aaral at sa **napakalaking** bahay siya **nakatira**. **Hatid**-sundo din siya ng kanilang **tagamaneho** sa paaralan.

Ngunit hindi katulad ng ibang mga bata na lumaki sa **karangyaan**, hindi lumaking **mapagmataas** at **madamot** si Clarissa. **Masunurin**, magalang at **mapagbigay** siya. Hindi naman ito **nakapagtataka** sapagkat lumaki siyang nakikita ang mga magulang na **magandang halimbawa** --- kakaiba ang **kabaitan** nito lalong-lalo na sa mga **mahihirap** na **tao**. Lumaki siyang laging may **nanghihingi** ng tulong sa kaniyang mga magulang ngunit hindi niya nakitang **tumanggi** na magbigay ang mga ito ng tulong kahit minsan.

Nasa ikalimang baitang sa elementarya siya ng maging **kabarkada** ang iba pang anak-mayayaman sa paaralan --- sila Joan, Marianne at Camille. Mayaman din ang pamilya ng tatlo ngunit mas mayaman at malalaki pa rin ang mga **negosyo** ng pamilya ni Clarissa. Nang nasa ikaanim na baitang sila ay niyaya ni Clarissa ang mga kaibigan na pumunta sa Good Shepherd, isang **bahay-ampunan**. Namigay sila ng mga laruan, pagkain at iba pang mga regalo sa mga bata roon. At iyon ay naging **adbokasiya** ni Clarissa --- ang **magpasaya** ng mga bata sa bahay-ampunan sa **abot** ng **makakaya**, ngunit kasama ang kabarkada sa pagpapasaya tuwing araw ng **Pasko. Iniipon** niya ang kaniyang baon sa buong taon at iyon ang ipinambibili ng mga regalo at iba pa sa mga bata.

Ngayon ay nasa ikatlong taon na si Clarissa ng kaniyang adbokasiya. Tulad ng nakaraang dalawang Pasko, labis na **kasiyahan** ang naidulot ni Clarissa at ng kabarkada. Muli ay masayang-masaya ang mga bata sa ampunan. Dinalhan sila nina Clarissa ng **pritong manok**, *spaghetti*, *sandwich*, *hotdog*, at *salad*. Marami rin silang bagong laruan at may mga hindi pa nabubuksan na mga regalo. Labis ang pasasalamat ng mga bata at **namamahala** sa ampunan.

"**Bihira** ang batang tulad mo na sa **murang edad** ay may malasakit sa **kapwa**. Nawa ay **pagpalain** ka pa," pasasalamat ni Sr. Teresa, isang **madre** na punong **tagapamahala** ng ampunan.

Sinasamahan man siya ng mga kaibigan ay hindi pala lubos ang **pagkakapareho** ng kanilang **intensyon**. Ang mga kaibigan ay sumasama dahil humahanap ng **pagkakalibangan** tuwing araw ng Pasko dahil **sawa** at pagod na ang mga ito sa **paulit-ulit** na **kinagawian** --- ang pamamasyal sa ibang bansa.

Matapos ang ikatlong Pasko nila sa ampunan ay hindi na napigilan ni Joanne ang magtanong.

"Clarissa, huwag mong **mamasamain** ha, pero bakit sa bahay-ampunan mo **pinapalipas** ang araw ng Pasko? Tatlong taon mo na itong ginagawa. Inuubos mo ang ipon mo pambili ng pagkain at regalo sa mga batang hindi mo naman **kamag-anak**," tanong ni Joanne sa kaibigan.

"Malapit kasi sa puso ko ang mga bata sa bahay-ampunan kaya gusto ko na kahit isang beses sa isang taon ay maibahagi ko sa kanila ang kahit kaunti ng meron ako," sagot ni Clarissa.

"Kaso, hindi isang beses ang ginagawa mo, isang beses sa isang buwan kung dumalaw ka at **magdala** ng pagkain. Ngunit dagdag nga lang ang mga regalo sa araw ng Pasko, **napakapalad** ng mga bata sa'yo," pahayag naman ni Marianne.

Sa puntong iyon, **batid** ni Clarissa na siguro ay panahon na upang **ipaalam** sa mga kaibigan ang totoong dahilan ng pagiging malapit sa puso niya ng Good Shepherd.

"Alam ninyo, ang totoo ay gusto ko lang magpasaya at kahit papaano ay magbigay ngiti sa mga batang **pinagkaitan** ng halos lahat sa buhay --- pera, pagkain at higit sa lahat pagmamahal ng sariling magulang. Napakapalad natin dahil lumaki tayong kasama ang ating mga pamilya, idagdag pa na hindi man lang natin maranasan ang maging salat sa buhay. Mula pagkabata ay **masasarap** na pagkain, magagandang damit, mamahaling mga gamit at **pasyalan** ang **kinalakihan** natin, wala kahit sa kalahati ng mga ito ang **tinamasa** ng mga bata sa ampunan," mahabang paliwanag ni Clarissa.

Naramdaman ng mga kaibigan ni Clarissa ang **pagkapahiya**, ngunit nagpatuloy sa pagsasalita ang **dalagita**.

"Sila ay **bumubuo** ng pamilya sa piling ng isa't isa. Sa tuwing makikita ko sila ay nararamdaman ko ang **pangungulila** nila. Maraming hindi nakakaalam na lumaki si Mommy sa Good Shepherd. Bata pa lang ako ay lagi na niyang **ibinabahagi** sa akin ang mga naging karanasan niya bilang isang batang lumaki sa ampunan. Mahirap raw lumaki sa ampunan, salat ka sa lahat ng bagay, kaya't napakapalad daw niya na may matandang **mag-asawa** na **umampon** at nagpa-aral sa kaniya.

Nagkaron siya ng **oportunidad** at buhay na hindi naranasan ng mga **naiwan** sa ampunan. Kaya siguro pinalaki din nila ako na mayroong malasakit sa kapwa tao," dagdag paliwanag pa ni Clarissa.

Hindi na nakapagsalita sina Joanne, Marianne at Camille. Dahil sa katotohanang nalaman ay lubos nilang naunawaan ang adbokasiya ni Clarissa. Hindi man **nasambit** ng kanilang mga labi, ang mga mata nila ang nagpasalamat kay Clarissa, mga matang nagsasabing, "salamat Clarissa at **pinaintindi** mo sa amin ang tunay na **diwa** ng Pasko."

Buod ng Kwento

Lumaki man sa karangyaan ay hindi naging tulad ng iba na mapagmataas at madamot si Clarissa. Siya ay masunurin, magalang at mapagbigay. Naging adbokasiya na niya ang pasayahin sa abot ng kaniyang makakaya ang mga bata sa Good Shepherd, isang bahay-ampunan. Hindi man labis na nauunawaan ng kaniyang mga kabarkada ang adbokasiyang ito, siya naman ay sinuportahan nila. Dahil sa ipinagtapat ni Clarissa sa mga kabarkada tungkol sa ina, naintindihan nila ang tunay na diwa ng Pasko na nais iparating ng dalagita.

Summary of the story

Clarissa grew up in a rich family, but unlike other children, she was not arrogant and selfish. She was obedient, respectful and generous. Her advocacy was to make the children from Good Shepherd, an orphanage, to be happy in every possible way she can. Her friends were supportive of her though they didn't fully understand her advocacy. Clarissa confessed a truth about her mom to her friends, this made them the real essence of Christmas which the young woman was trying to impart.

Vocabulary

nagmamay-ari: owning

malalawak: wide (adjective used when describing plural form of noun)

sakahan: farm

malalaki: huge (adjective used when describing plural form of noun)

bansa: country

narating: visited

napasyalan: made a tour

laruan: toys

pawisan: to perspire

eksklusibong: exclusive

napakalaking: huge

nakatira: living

hatid: to bring someone to a destination

tagamaneho: driver

karangyaan: luxury

mapagmataas: arrogant

madamot: selfish

masunurin: obedient

mapagbigay: generous

nakapagtataka: to make someone wonder

magandang: good

halimbawa: example

kabaitan: benevolence

mahihirap: poor (adjective used when describing plural form of noun)

tao: persons

nanghihingi: asking for

tumanggi: to refuse

kabarkada: clique; group of friends

negosyo: business

bahay-ampunan: orphanage

adbokasiya: advocacy

magpasaya: to make someone happy

abot: within reach

makakaya: possibly can

Pasko: Christmas

iniipon: saving (verb)

kasiyahan: happiness

pritong manok: fried chicken

namamahala: someone who manages an organization

bihira: seldom

murang edad: young age

kapwa: fellow human being

pagpalain: to be blessed

madre: nun

tagapamahala: superintendent

pagkakapareho: similarities

intensyon: intention

pagkakalibangan: diversion; something to do that is different from routine

sawa: bored

paulit-ulit: routine

kinagawian: habit

mamasamain: to take negatively

pinapalipas: to pass by

kamag-anak: relative

magdala: to bring

napakapalad: very blessed

batid: known

ipaalam: to inform

pinagkaitan: deprived

masasarap: delicious (adjective used when describing plural form of noun)

pasyalan: sights; leisure places

kinalakihan: grew up with

tinamasa: enjoyed

pagkapahiya: humiliation

dalagita: young woman

bumubuo: creating; forming

pangungulila: desolation

ibinabahagi: imparting

mag-asawa: married couple

umampon: adopted

oportunidad: opportunities

naiwan: left behind

nasambit: to mention

pinaintindi: made someone understand

diwa: essence

Questions about the story

1. **Ano ang pangalan ng ama ni Clarissa?**

   a) Don Manuel

   b) Don Marcel

   c) Don Michael

   d) Don Mitchell

2. **Ano ang pangalan ng bahay-ampunan na binibisita ni Clarissa?**

   a) Good Guide

   b) Good Marshall

   c) Good Orphanage

   d) Good Shepherd

3. **Sa anong okasyon sumasama ang mga kabarkada ni Clarissa sa bahay-ampunan?**

   a) Pasko

   b) Paskwa

   c) Pastoral

   d) Pasukan

4. **Ano ang intensyon ng mga kabarkada ni Clarissa sa pagsama sa kaniya sa bahay-ampunan?**

   a) humahanap ng pagkakaabalahan

   b) humanap ng pagkakakitaan

   c) humanap ng pagkakalibangan

   d) humanap ng pagkakasiyahan

5. **Ano ang naramdaman ng mga kaibigan ni Clarissa nang sabihin sa mga kaibigan kung gaano sila kapalad?**

   a) pagkagahaman

b) pagkagutom
c) pagkapahiya
d) pagkapasma

Answers

1. A – Don Manuel
2. D – Good Shepherd
3. A – Christmas
4. C – look for a diversion
5. C – humiliation

CHAPTER 11

ISANG PAGKAKAMALI

"**Wala** na po siya..." sabay **balik** sa **pagsusulat** ang nars. Malinaw naman na narinig ni Mariel ang tugon ng **nars** sa **Impormasyon** nang **tanungin** niya kung nasaan na si Jerrick, ang pasyente sa Room 143. Si Jerrick ay kasintahan ni Mariel sa loob ng anim na taon. Nagkakilala sila sa **Rizal Class** ni Bb. Timbangcaya. Isang semestre silang **nagkatabi** sa **upuan, magkasunod** kasi ang kanilang mga **apelyido** sa **talaan** ng guro --- Aguilar si Mariel, Bautista naman si Jerrick. Pagiging inhinyero ang kursong tinapos ni Jerrick at **arkitekto** naman si Mariel. Ang Rizal Class ay **bahagi** ng **kurikulum** ng lahat ng kurso at kailangang **maipasa** ito bago magkaroon ng **katibayan ng pagtatapos.**

Marami silang **nabuong** pangarap at nang makatapos sa kolehiyo ay unti-unti nilang **isinakatuparan** ang mga ito. **Nakapagpundar** na sila ng sarili nilang bahay at sinimulan na nila ang **pagplano** ng kanilang **kasal**, ito ay **gaganapin** sa taong 2023.

Nanlumo si Mariel, labis na **panginginig ng tuhod** ang nararamdaman. **Napaupo** ng **walang lakas** sa sahig at umiiyak na naitanong sa sarili, "paano na ang mga bukas na darating ngayong wala ka na, Jerrick? Paano na ko **gigising** sa **umaga** ngayong wala na ang aking **inspirasyon**? Paano ko **matatapos** ang pagbuo ng sarili kong **tahanan** kung wala na ang **haligi**? Para saan pa ang lahat ng inipon ko --- inipon natin? Hindi ko **inaasahan** na mapupunta lang sa wala ang lahat ng ating **pinagsamahan** at luha lamang ang magiging kapalit ng lahat ng **tawang pinagsaluhan.**"

Kagabi lang sila nagkita at **nagkausap** ni Jerrick. Masaya pa silang nag-usap at hindi man lang **dumaing** ng kahit anong sakit ang **nobyo.** Ang pakiramdam niya ay tuluyan na ang paggaling ni Jerrick sa kaniyang sakit. Sabi rin naman ng manggagamot ay ayos na ang kaniyang **potasa,** na ang **pagbaba** nito ang **dahilan** kung bakit ilang araw **nanghina** ang nobyo at naging dahilan kung bakit kinailangan pa nitong **manatili** sa pagamutan.

Kagabi rin ay pinag-usapan nila ang oportunidad nila sa **trabaho** at punong-puno ng pag-asa at lakas ang boses ni Jerrick.

Hindi na makuhang **maiangat** ni Mariel ang kaniyang ulo, sinapo niya ito sapagkat pakiramdam niya ay **mahuhulog** ito kasabay ng mga luha. **Magulong-magulo** ang isip ni Mariel. Nang umalis siya ng pagamutan kagabi ay alam niyang ilang araw na lang at tuluyan ng lalabas ang kasintahan. Punong-puno siya ng pag-asa at saya dahil alam niya at ramdam niyang magaling na si Jerrick. Patuloy pa rin ang kaniyang pag-iyak at **pagsasalita** kahit walang tuwirang **kausap,** "sana hindi nalang ako umuwi ng bahay kagabi at pumasok ng **opisina** kaninang umaga. Kaya pala parang nagdadalawang-isip ako kung papasok ako o hindi. May bumubulong na pala sa isip ko na ikaw na lang ang puntahan ko."

Magulo at hindi maipaliwanag ang nararamdaman ni Mariel. Kaninang umaga lang ay masayang-masaya at punong-puno siya ng **kagalakan** at magagandang naiisip. Ngunit ngayon... ewan niya... hindi na niya alam ang totoong nararamdaman.

"Bakit siya **inilabas** ng pagamutan ng hindi man lang ako **sinabihan?** Nasaan ang katawan niya? Bakit hindi man lang nila ako tinawagan noong **nag-aagaw buhay** siya?" naitanong ni Mariel sabay labas sa teleponong selular sa kaniyang bag. Nagulat siya dahil wala na palang **baterya** ito, sinubukan niyang buksan at tingnan kung may mensahe para sa kaniya ang kamag-anak ni Jerrick ngunit hindi man lang **umilaw** ito.

"Ubos talaga ang laman ng baterya. Bakit **ngayon** pa?" **naibulong** na lang ni Mariel habang patuloy na tumutulo ang luha.

Ang hindi pagbukas ng teleponong selular ni Mariel ay dumagdag sa kaniyang **kawalan** ng pag-asa. Naramdaman niyang ito ang simula ng paghahari ng kalungkutan sa kaniyang buhay. Pakiramdam niya ay dito nagsisimula ang kaniyang **kalbaryo**, umaga at gabi ay magiging **madilim** para sa kaniya. Hindi niya alam kung kailan muling **sisilay** ang **liwanag** sa kaniyang mga mata na **hilam** sa luha. Hindi niya sigurado kung paano bubuo muli ng pangarap mula sa **pagguho** nito. Ang sigurado lang niya ay matagal siyang **makakabangon** mula sa pagkakadapa dahil sa pagkawala ni Jerrick.

"Jerrick, bakit mo ko iniwan!" hindi namalayan ni Mariel na siya ay napasigaw ng malakas habang patuloy ang pagluha at pagdaloy ng mga alaala sa isipan.

Napatakbo palapit sa kaniya ang nars na nakausap niya. Tinapik-tapik siya nito ngunit hindi umangat mula sa pagkakatungo ang kaniyang ulo, **nakasalampak** pa rin siya sa sahig at **nakasandal** sa **pader**.

"Ma'am, ma'am… Mukhang may hindi po tayo pagkakaunawaan," wika ng nars habang **hinahagod** ang kaniyang **likod**.

Mugto ang mga mata at **sumisinok-sinok** pa sa labis na pag-iyak, **inangat** ni Mariel ang kaniyang ulo at pautal na sumagot ng, "anong sinabi mo?"

"Ma'am ang ibig ko pong sabihin sa 'wala na po siya' ay wala na siya dito sa pagamutan. Lumabas na po siya kaninang **tanghali** dahil nais raw po niyang **maghanda** ng sorpresa para sa **anibersaryo** ninyo. Ayaw pa nga po siyang **payagan** ng manggagamot dahil may mga medikal na pagsusuri pa na kailangang gawin ngunit **mapilit** si Sir. **Pumirma** po siya ng **kasulatan ng pagpapaubaya** at sinabing babalik na lang bukas para gawin ang mga ito," mahaba at kinakabahang pagpapaliwanag ng nars.

Hindi na nakasagot si Mariel sa mga sinabi ng nars. Pilit niyang prinoproseso ang mga nangyari. **Tulala** siya at hindi alam kung ano ang dapat sabihin o gawin sa nars. Alam niyang hindi siya dapat matuwa dahil sa **kakulangan** ng **pagpapahayag** nito ng impormasyon, ngunit tila naubos na rin ang kaniyang lakas para pagalitan at pagsabihan pa ito.

Hindi na siya makapagsalita. Isang pagkukulang sa paliwanag at pagkakamali lang pala ang magpapaguho at sisira sa magandang disposisyon niya sa araw ng kanilang anibersaryo ni Jerrick.

Buod ng Kwento

Nagtungo si Mariel sa pagamutan para bisitahin ang nobyong si Jerrick. Nabigla siya nang makitang walang tao sa loob ng silid. Tinanong niya ang nars kung nasaan ang pasyente at ipinaalam sa kaniya na "wala na" ang pasyente. Naramdaman niya ang pagguho ng kaniyang mundo sa narinig, hindi niya maisip kung paano mabubuhay nang wala na ang nobyo. Ngunit habang humahagulgol at bago pa siya tuluyang nasiraan ng bait, nilapitan siya ng nars para linawin kung ano ang ibig niyang sabihin sa "wala na" – nakalabas na ng pagamutan.

Summary of the story

Mariel went to visit her boyfriend Jerrick in the hospital. She was surprised to see the hospital room empty. She asked the nurse about the patient's whereabouts and was informed that the patient "was gone." She suddenly felt her world falling apart, she couldn't imagine living her life without the man whom she spent years of her life with. But while she was grieving and before she totally gave in to depression, the nurse approached her to clarify what she meant by "gone" – out of the hospital.

Vocabulary

wala: gone

balik: returned to doing an action after a quick pause

pagsusulat: writing

nars: nurse

Impormasyon: referring to Information Counter of a hospital

tanungin: asked; requested for information

Rizal Class: Republic Act No. 1425, known as the Rizal Law, mandates all educational institutions in the Philippines to offer courses about José Rizal, national hero of the Philippines.

nagkatabi: seated side by side

upuan: chair

magkasunod: chronologic

apelyido: surname

talaan: class record

arkitekto: architect

bahagi: part

kurikulum: curriculum

maipasa: to get a passing grade

katibayan ng pagtatapos: diploma

nabuong: established

isinakatuparan: fulfilled

nakapagpundar: able to build; able to own

pagplano: to plan

kasal: wedding

gaganapin: will happen

nanlumo: felt depressed

panginginig ng tuhod: knees are shaking

napaupo: sat down unintentionally

walang lakas: helpless

gigising: to wake up

umaga: morning

inspirasyon: inspiration

matatapos: to finish

tahanan: home

haligi: post or column making a structure stand

inaasahan: expected

pinagsamahan: spent together

tawang: laughter

pinagsaluhan: shared together

nagkausap: talked

dumaing: complained

nobyo: boyfriend

potasa: potassium

pagbaba: decreased

dahilan: reason

nanghina: weakened

manatili: to stay

trabaho: work; job

maiangat: to lift

mahuhulog: will fall down

magulong-magulo: very confused

pagsasalita: talking

kausap: someone to talk to

opisina: office

kagalakan: excitement

inilabas: gotten out

sinabihan: be informed

nag-aagaw buhay: dying

baterya: battery

umilaw: lightened up

ngayon: now

naibulong: whispered

kawalan: loss

kalbaryo: Calvary. In the Philippines, it is a word used to refer to unbearable problem or circumstances.

madilim: dark

sisilay: a brief glimpse or appearance

liwanag: light

hilam: blurred

pagguho: sudden and complete fall

makakabangon: to rise up

napatakbo palapit: running to reach a place

nakasalampak: sitting on the floor

nakasandal: leaning

pader: wall

hinahagod: gently rubbing

likod: back (noun)

mugto: swollen eyes

sumisinok-sinok: hiccuping

inangat: lifted

tanghali: noon time

maghanda: to prepare

anibersaryo: anniversary

payagan: to give permission

mapilit: insistent

pumirma: signed

kasulatan ng pagpapaubaya: waiver

tulala: dumbfounded

kakulangan: lacking

pagpapahayag: giving out

Questions about the story

1. **Saang klase nagkakilala sina Jerrick at Mariel?**

   a) Rinal Class
   b) Risal Class
   c) Rival Class
   d) Rizal Class

2. **Ano ang nakatakdang gaganapin sa 2023?**

   a) kasabay
   b) kasag
   c) kasal
   d) kasalo

3. **Anong mineral ang bumaba kay Jerrick na naging dahilan ng kanyang panghihina?**

   a) patalsik
   b) patatas
   c) potasa
   d) tasa

4. **Anong kasulatan ang pinirmahan ni Jerrick?**

   a) pagpapakain
   b) pagpaparaya
   c) pagpapantasya
   d) pagpapaubaya

5. **Anong okasyon ang nais paghandaan ni Jerrick?**

   a) anibersaryo
   b) binyagan
   c) kaarawan

d) kasalan

Answers

1. D – Rizal Class
2. C – wedding
3. C – potassium
4. D - waiver
5. A - anniversary

CHAPTER 12

WALANG IWANAN

"Walang **iwanan, peksman...**" **Napabalikwas** si Roco sa **pagkakatulog**. Isang **panaginip** na naman. Simula nang malaman niyang **ipadadala** siya at ang kaibigan niyang si Juancho sa **bundok** ng San Sebastian upang **labanan** at **hulihin** ang mga **rebelde** roon, ito na ang madalas niyang panaginip --- ang kanilang **kasunduan** at pangako sa isa't isa. May kaba ba siyang **nararamdaman** dahil alam niyang isang **delikadong misyon** ang kaniyang **susuungin**? O mas kinakabahan siya dahil ngayon lang sila **magkakasama** ng kaibigan sa pagsasagawa ng misyon? Tatlong araw na lang ay susunduin na sila para dalhin sa kanilang **destinasyon**.

Nagkakilala sila ni Juancho sa *Military Academy*. **Magkasabay** silang nagsimula at dalawang taon na ang nakakalipas nang sila ay nagtapos ng pagsusundalo. Sabay silang nagpalakas ng katawan, naghanda sa **pagsabak** sa mga labanan at **nagtiis** na **mawalay** sa pamilya. Sa isa't isa, nakahanap sila ng **kakampi**, kaibigan at kapatid. Hindi nga ba't ganoon ang sumpaan ng mga **sundalo**... ang **kapatiran**.

Sa araw ng pagtatapos ng pagiging sundalo, pinangako nila na **pananatilihin** ang kanilang **komunikasyon**. Alam nilang paglabas nila ng *Academy* at kapag nagsimula na sila bilang mga sundalo, ang lahat ay wala ng **katiyakan**.

Magkikita o magkakasama pa kaya silang muli? Magkakausap kahit sa telepono man lamang? Makakalabas pa kaya ng ligtas o buhay sa **kampo**?

Ilan lamang ito sa mga tanong na tumatakbo sa isipan nina Juancho at Roco habang sabay na **binibigkas** ang "walang iwanan, peksman."

Masaya sina Juancho at Roco sa pagkikitang muli... ito rin ang araw na sila ay dadalhin sa bundok ng San Sebastian. Sa daan ay nagkumustahan at nagkakwentuhan ang dalawa. Pagdating sa destinasyon ay agad silang pinulong at pinaghanda ng **kumander**.

"Bukas ng gabi ay **susugurin** natin ang **kuta** ng mga rebelde. Isaisip ninyo ang pag-iingat at dapat ay matuto kayong sumunod sa **utos** ng inyong **lider**, *understood?*" **mahigpit** na bilin ni Kumander Victor, ang kanilang pinuno.

"*Yes, Sir,*" malakas na tugon nina Roco at Juancho pati na rin ng mga kasamahang sundalo sa kampo.

At dumating ang oras ng **pagsalakay** at labanan...

Bang! Bang! Bang! Boom! Boom! Boom!

Malalakas na **putok ng baril** at paminsan-minsang **pagsabog** ang naririnig. May mga katawang bumabagsak dahil sa tama ng bala. Marami na ang **sugatan** sa **pwersa ng mga sundalo** kaya't biglang narinig ang "*retreat*" mula sa isa sa mga pinuno. Kailangan na nilang **umurong** sa laban at **palakasin** muli ang pwersa. Maari silang mapatay kapag hindi pa umurong muna.

Pagdating sa kanilang kampo ay natuklasan ni Roco na wala si Juancho. Nag-alala siya para sa kaibigan. Malinaw sa kaniya ang kanilang usapan ng nagdaang gabi, "walang iwanan." Lumapit siya sa kumander para **magpaalam**.

"Babalikan ko po si Juancho, Kumander Victor. Baka nasa pook pa siya ng labanan," pagpapaalam ni Roco.

"**Nahihibang** ka na ba? Hindi maaari ang gusto mong mangyari. Hindi maaaring **ipakipagsapalaran** ang buhay mo sa isang taong posibleng patay na," galit na tugon ng kapitan.

Nauunawaan ni Roco na **mapanganib** ang magbalik sa lugar ng labanan o kahit lugar na kanilang **tinahak** kaya ayaw siyang payagan. Ngunit hindi maalis sa isip niya ang pangako nila ng kaibigan, "walang iwanan." Nang **maghatinggabi** at tulog na ang mga kasamahan sa kampo, siya ay **tumakas**. Nasa isip niyang kailangan niyang **balikan** ang kaibigan. Hindi siya matatahimik hanggang hindi niya ito nakikita. Natatakot man siya sa posibilidad na nasawi sa labanan ang kaibigan, naiisip niyang ang makita ang bangkay nito ang **magpapanatag** ng kaniyang kalooban.

Pagbalik ni Roco sa kampo ay sugatan siya. Ilang **patibong** kasi ang nadaanan niya at may mangilan-ngilang rebelde siyang **nakaengkwentro**. Tila **panganib** talaga ang kaniyang sinuong at kinailangang muling **lampasan**. Galit na galit sa kaniya ang kaniyang kumander.

"May parusang katapat ang iyong **paglabag**. Sinabi ko na sa'yong hindi nararapat na ipakipagsapalaran ang buhay mo sa isang taong patay na. Anong napala mo? Mga sugat, na ngayon ay maaari mo ring ikamatay!" Galit na galit na wika ni Kumander Victor.

Pagod man at medyo iniinda ang sakit ng mga natamong sugat ay inangat pa rin ni Roco ang mukha, nakatitig sa mata na sumagot kay Kumander Victor ng, "buhay pa po ang aking kaibigan nang abutan ko siya. Naipagbilin pa niya sa akin na alagaan at **gabayan** ang kaniyang ina. Naiabot pa rin niya sa akin ang mga ito," wika ni Roco habang ipinapakita ang dalawang larawan --- larawan ni Juancho na kasama ang ina at ang kanilang larawan noong nasa *Military Academy* pa.

"**Nahuli** man ako dahil hindi ko na nailigtas ng buhay ang kaibigan ko, masaya pa rin ako dahil bago siya **nalagutan ng hininga** ay naibulong pa niya sa akin ang 'utol alam kong babalikan mo ako, salamat... walang iwanan, peksman," lumuluha at nakatungong dugtong ni Roco.

Ramdam ni Kumander Victor ang pagkapahiya kaya't hindi na siya **nakipagtalo**, agad niyang ipinagamot sa kasamahan ang mga sugat ni Roco. Pagkapasok ni Roco sa **kubo** kung saan gagamutin ang kaniyang sugat, naglakad-lakad si Kumander Victor sa paligid. Alam niyang hindi na siya papatulugin ng nangyari, bumalik sa kaniyang alaala ang matalik na kaibigan sa kaniyang pangkat. Labinlimang taon na ang nakalilipas ng tulad ni Juancho ay hindi ito nakabalik sa kampo. Hindi na rin natagpuan ang katawan nito at ipinagpalagay na lamang na patay na. Nahiya si Kumander Victor dahil hindi siya naging matapang katulad ni Roco, hindi man lamang niya naisipan na balikan ang kaibigan, para hanapin man lamang ang **bangkay** nito. Hindi napigilan ni Kumander Victor ang maluha habang sinasabi sa sarili, "patawad Kanor, hindi ko maunawaan paano ko nagawang **balewalain** ang ating pangako na walang iwanan..."

Buod ng Kwento

Nakahanap ng kaibigan at kapatid sina Roco at Juancho sa piling ng isa't isa sa Military School. Nangako sila na hindi kailanman sila magkakalimutan at mag-iiwanan. Sa isang delikadong misyon, nabigla si Roco nang malamang hindi nakabalik sa kampo si Juancho. Bagama't hindi napagbigyan ang kahilingan niya na balikan ang kaibigan sa lugar ng labanan, ginawan niya ng paraan.

Summary of the story

Roco and Juancho found a friend and a brother in each other at the Military School. They made a promise not to forget and leave each other. In a dangerous military mission, Roco was alarmed to find out that Juancho did not make it back to the camp. Although his request for permission to go back and check his friend at the battlefield was not granted, he did find a way.

Vocabulary

iwanan: depart from permanently

peksman: promise; in the Philippines, this is a slang word used in making a promise

napabalikwas: moved unexpectedly

pagkakatulog: sleep

panaginip: dream

ipadadala: to be sent

bundok: mountain

labanan: battle

hulihin: to capture

rebelde: rebel; insurgent

kasunduan: pact

nararamdaman: feeling

delikadong: dangerous

misyon: mission

susuungin: will be part of; will be involved in

magkakasama: will be together

destinasyon: destination

magkasabay: went together

pagsabak: to be deployed on a mission

nagtiis: endured

mawalay: be separated

kakampi: ally

sundalo: soldier

kapatiran: brotherhood

pananatilihin: to maintain

komunikasyon: communication

katiyakan: certainty

kampo: camp; usually referred to as military camp

binibigkas: reciting

kumander: Commander (military ranking)

susugurin: to attack

kuta: hideout

utos: orders

lider: military leader

mahigpit: strict

pagsalakay: invasion

putok ng baril: gunshot

pagsabog: bombing

sugatan: wounded

pwersa ng mga sundalo: military forces

umurong: to retreat

palakasin: to strengthen

magpaalam: to ask for permission

nahihibang: starting to get crazy

ipakipagsapalaran: to take chance

mapanganib: risky

tinahak: passed through

maghatinggabi: midnight

tumakas: escaped

balikan: to go back

magpapanatag: will give peace

patibong: trap

nakaengkwentro: fought with

panganib: danger

lampasan: to win over

paglabag: violation

gabayan: to guide

nahuli: came late

nalagutan ng hininga: died; in the Philippines, the expression is used as a metaphor to express that someone died

nakipagtalo: argued with

kubo: nipa hut

bangkay: corpse

balewalain: ignored

Questions about the story

1. Sino ang madalas makapanaginip ng pangakong "walang iwanan peksman?"

   a) Juancho
   b) Kanor
   c) Roco
   d) Victor

2. Anong klaseng misyon ipapadala sina Juancho at Roco?

   a) dedikado
   b) delikado
   c) derespalko
   d) desenso

3. Ano ang sumpaan ng mga sundalo?

   a) kapatiran
   b) kapehan
   c) kaprahan
   d) kapsawan

4. Ano ang pangalan ng kumander?

   a) Juancho
   b) Kanor
   c) Roco
   d) Victor

5. Kaninong bangkay ang hindi natagpuan?

   e) Juancho
   f) Kanor
   g) Roco

h) Victor

Answers

1. C – Roco
2. B – dangerous
3. A – brotherhood
4. D – Victor
5. B – Kanor

CHAPTER 13

PAMASKONG REGALO KAY GNG. GONZALES

Si Gng. Gonzales ay **tagapayo** ng mga mag-aaral sa ikatlong baitang, Seksyon Rosas. Unang taon niya ng pagtuturo sa **pribadong** paaralan ng San Nicolas ngunit kahit baguhan sa paaralan ay mahal agad siya ng kaniyang mga mag-aaral. Siguro kasi ay nararamdaman nila ang kaniyang pagmamahal bilang isang ina.

Bukas ay *Christmas Party* na, ito ang **pinakahihintay** na **pagdiriwang** ng mga mag-aaral sapagkat ito ang magiging **huling araw** ng klase sa Disyembre ng **kasalukuyang taon**. Pagkatapos ng pagdiriwang ay sa Enero ng **susunod** na taon na sila magkikita-kita. Nasasabik ang lahat at hindi maiwasan ng mga kamag-aral ni Angelo ang pag-usapan ang regalong ibibigay nila kay Gng. Gonzales kinabukasan. Narinig niyang may **magreregalo** ng **orasan**, **panyo**, mamahaling **lalagyan ng larawan**, **puto**, **bibingka** at iba pa.

Hindi naman maiwasan ni Angelo na malungkot sa mga naririnig. Lahat ng regalong **nabanggit** at narinig niya ay nangangailangan ng isang bagay na wala siya --- pera. Si Angelo ay isa sa mga iskolar ng paaralan dahil sa kaniyang matataas na marka, dahil dito'y nakakapag-aral siya ng libre sa paaralan at may natatanggap pa na buwanang panggastos mula sa kaniyang *sponsor*.

Pag-uwi sa bahay, agad napansin ni Aling Aurora na malungkot ang anak at tinanong niya ito kung ano ang dinaramdam.

"Lahat po kasi ng mga kamag-aral ko ay may regalo kay Gng. Gonzales, ako lang po ang wala," malungkot na sagot ni Angelo.

Batid ni Aling Aurora na mahalaga para sa kaniyang anak ang may maiabot man lamang sa guro bilang Pamaskong regalo, alam niyang mahal ni Angelo ang guro. Ngunit alam naman din niya na **mauunawaan** ng guro kung **sakaling** walang maibigay si Angelo dahil alam niya ang estado nila sa buhay. At ang tingin din naman ni Aling Aurora kay Gng. Gonzales ay isang tipo ng tao na hindi naghihintay ng regalo kahit kanino.

"Halika anak at may kwento ako sa iyo. Palagay ko, kapag narinig mo ang kwentong ito ay magkakaroon ka ng ideya. Ang kwentong ito ay may **pamagat** na Gintong **Haplos** ni Midas... Minsan niligtas ni Midas ang isang kabayo mula sa kamatayan. Laking gulat niya ng ang kabayo ay maging **engkanto** at **pagkalooban** siya ng isang **kahilingan**. Dahil laki sa hirap, agad pumasok sa isip ni Midas ang kayamanan at hiniling niya na sana lahat ng **hahawakan** niya ay maging **ginto**. Hinawakan niya ang lapis, papel, pangkulay at iba pa niyang gamit sa paaralan... lahat ng mga ito ay naging ginto. Sa una ay napakasaya ni Midas, alam niyang **napakayaman** na niya dahil napakarami niyang ginto. Ngunit dumating ang oras na **kumalam ang sikmura** ni Midas, ang nag-iisang **pandesal** na nasa lamesa nila ay naging ginto ng hawakan niya. Labis na kalungkutan ang naramdaman niya nang mapagtanto niya na hindi pala maganda ang kaniyang hiniling. Nang makita siya ng kaniyang ina na umiiyak ay agad siyang nilapitan at niyakap ng ina, nang yakapin niya ito pabalik ay naging ginto rin. Simula noon ay natutunan ni Midas na hindi pera o materyal na bagay ang mahalaga, ang makakapagpasaya sa buhay niya, kundi ang pagmamahal at pag-aalaga ng mga taong mahalaga sa kaniya," **mahabang** salaysay ni Aling Aurora.

"Palagay ko po ay alam ko na ang ibig ninyong iparating Inay. May naisip na rin po akong regalo, maiwan ko po muna kayo at ihahanda ko lang ang pamaskong regalo ko para kay Gng. Gonzales bukas," pagpapaalam ni Angelo sa ina.

Tinungo ni Angelo ang **munting** hapag at sa tulong ng malamlam na ilawan ay isinulat sa **malinis** na **papel** ang kaniyang pamaskong mensahe para sa guro. Pinagbuti niya ang kaniyang pagsulat, ilang ulit **binasa** pagkatapos , **tiniklop** at ipinaloob sa **sobre**. Sa hindi maipaliwanag na dahilan ay labis na kasiyahan ang naramdaman ni Angelo.

Kinabukasan ay **nagmamadaling** nagbihis at **nagtungo** sa paaralan si Angelo. Kahit anong pagmamadali ay hindi niya nakalimutan ang Pamaskong regalo sa guro. Alam niyang hindi man mamahalin ang kaniyang regalo, tiyak naman niya na iyon ay **galing** sa kaniyang puso.

Masaya ang gayak ng kanilang **silid-aralan**. Naroon din ang isang **puno ng Pasko** na **pinalamutian** ng **palara**, sa **tuktok** ay naroon ang **tala**. Nasa puno ng pasko ang mga regalo para kay Gng. Gonzales. Dahil hindi **nakakahon** o nakabalot ang regalo ni Angelo, ito ay **isinabit** na lamang niya. Hindi maiwasan ni Angelo na makaramdam ng pagkapahiya sa kaniyang regalo, ngunit inisip na lang niya na hindi man pera ang naging dahilan para sa regalo niya, puso naman ang naging puhunan niya. Sa kaniyang palagay, ito ang huling bubuksan ni Gng. Gonzales dahil hindi ito **kaakit-akit**.

Nang matapos ang **palatuntunan** at paalis na ang mga mag-aaral, tinawag ni Gng. Gonzales si Angelo.

"Angelo, nais ko lamang magpasalamat sa iyong regalo. Marami akong **tinanggap** ngayon at masaya ako dahil ito ang alaala na minamahal ako ng aking mga tinuturuan. Ngunit sa pumpon ng mga alaalang ito ay **namumukod tangi** ang sa iyo dahil hindi ito **pangkaraniwan** at higit sa lahat alam kong ito ay mula sa iyong puso," pagpapasalamat ni Gng. Gonzales sabay yakap kay Angelo.

"Maligayang Pasko po Gng. Gonzales," maluha-luhang pagbati ni Angelo at niyakap niya ang guro bago umalis.

Nang makaalis ay agad na binuksan ni Gng. Gonzales ang regalo ni Angelo, ito ay isang sulat:

"Minamahal kong Guro, Gng Gonzales:

Makakaasa po kayo na ako'y **magpapakabuti. Susundin** ko po ang inyong mga payo at ako ay mag-aaral mabuti ng mga aralin. Pananatilihin ko po ang pagiging **pangunahing mag-aaral** sa inyong klase. Balang araw ay magiging matagumpay na arkitekto po ako na ipagmamalaki ninyo bilang dati ninyong mag-aaral. Ang pangako po ng tagumpay ang pamaskong regalo ko sa inyo, Gng. Gonzales.

Nagmamahal,

Angelo"

Hindi naiwasan ni Gng. Gonzales ang mapaluha, sa puso niya, alam niyang ang dedikasyon at pagsisikap ni Angelo ang magiging daan sa kaniyang tagumpay. Buong pag-asa at pagmamalasakit niyang aantayin na matupad ni Angelo ang pangakong ito.

Buod ng Kwento

Nag-aalala si Angelo sapagkat wala siyang Pamaskong regalo para kay Gng. Gonzales, ang kanilang gurong tagapayo. Hindi katulad ng kaniyang mga kamag-aral, wala siyang pera para makabili ng panregalo. Tinulungan siya ng kaniyang ina na mag-isip ng maaaring maibigay sa guro sa pamamagitan ng pagsasalaysay ng kwentong pinamagatang "Gintong Haplos ni Midas."

Summary of the story

Angelo was bothered by the thought that he had nothing to give Mrs. Gonzales, his class adviser, as Christmas present. Unlike his classmates, he did not have money to buy her something. His mother helped him decide what to give his class adviser by sharing him the story entitled "Midas and his Golden Touch."

Vocabulary

tagapayo: adviser

pribadong: private

pinakahihintay: most awaited

pagdiriwang: celebration

huling araw: last day

kasalukuyang: current

taon: year

susunod: the following

magreregalo: will give gifts

orasan: watch

panyo: handkerchief

lalagyan ng larawan: picture frame

puto: in Filipino cuisine, it refers to a steamed cake made with rice flour

bibingka: in Filipino cuisine, it refers to a baked rice cake, prominent during Christmas season

nabanggit: mentioned

mauunawaan: will understand

sakaling: in case

pamagat: title

haplos: touch

engkanto: fairy

pagkalooban: will grant

kahilingan: wish

hahawakan: will hold

ginto: gold

napakayaman: very rich

kumalam ang sikmura: got hungry

pandesal: in Philippine cuisine, it refers to a common bread roll made of flour, eggs, yeast, sugar and salt

mahabang: long

munting: little

malinis: clean

papel: paper

binasa: read

tiniklop: folded

sobre: envelope

nagmamadaling: in a hurry

nagtungo: went

galing: from

puno ng Pasko: Christmas tree

pinalamutian: decorated

palara: shiny foil

tuktok: topmost

tala: star

nakakahon: boxed

isinabit: hang

kaakit-akit: attractive

palatuntunan: program

tinanggap: received

namumukod tangi: stand out

pangkaraniwan: ordinary

magpapakabuti: will make good

susundin: will follow

pangunahing mag-aaral: first honors (academic)

Questions about the story

1. Sino ang gurong tagapayo ng mga mag-aaral sa ikatlong baitang, Seksyon Rosas?

   a) Gng. Gonsalves
   b) Gng. Gonzaga
   c) Gng. Gonzal
   d) Gng. Gonzales

2. Anong pagdiriwang ang nagsisilbing huling araw ng klase ng kasalukuyang taon?

   a) Christmas Party
   b) Foundation Day Party
   c) Intramurals Party
   d) New Year's Party

3. Sino ang nakapansin na malungkot si Angelo?

   a) Aling Aurora
   b) Aling Angela
   c) Aling Celia
   d) Aling Conrada

4. Sino ang may gintong haplos?

   a) Angelo
   b) Aurora
   c) Midas
   d) Minerva

5. Ano ang naisip na maging pamaskong regalo ni Angelo?

   e) salabat
   f) salamat

g) sulit
h) sulat

Answers

1. D – Gng. Gonzales
2. A – Christmas Party
3. A – Aling Aurora
4. C – Midas
5. D – letter

CHAPTER 14

ANG SIMULA NG HABANG-BUHAY

Bumukas ang pinto ng **simbahan** at nakita ng lahat ang pinakahihintay na si Bianca --- ang babaeng **ikakasal** kay Mark. Napakaganda at **elegante** ang kaniyang **trahe de boda**, ang **belo** ay **nakatakip** sa kaniyang mukha. **Lalakad** na siya **patungong** altar, papunta sa nag-aabang na si Mark. Ngunit sa unang **hakbang** ay hindi naiwasan ang pagbalik ng alaala. Ang San Antonio de Padua Church ay **nagsilbing** saksi sa mahahalagang **pangyayari** sa kanilang buhay...

*Isang maulang hapon ng Biyernes, **nagpapatila ng ulan** noon si Mark, **nakatayo** sa pintuan ng simbahan at **malalim** ang iniisip. Nang biglang malakas na **nabunggo** siya ni Bianca, napaupo silang dalawa sa sahig. Dahil sa pagiging maginoo, agad na tumayo si Mark at tinulungang makatayo si Bianca. Labis naman ang paghingi ng tawad ni Bianca, ngunit walang **reaksyon** na **ipinakita** si Mark.*

*"Ako nga pala si Bianca, pasensya ka na ha, nagmamadali kasi ako kaya hindi kita napansin, may masakit ba sa'yo?" paghingi ng tawad ng **dalaga**.*

*"Wala naman, sige aalis na 'ko," walang reaksyong tugon ng lalaki sabay **talikod** at pag-alis nito.*

*Nang makaalis ay naisip ni Bianca na hindi man lang nagpakilala sa kaniya ang lalaki. "**Suplado**," naibulong niya sa sarili. Lunes matapos ang unang pagkikita, ay muling nagtagpo ang mga **landas*** *nina Mark at Bianca sa **silid-aklatan** ng paaralan. Maraming **bitbit** na mga **aklat** si Mark. Noong una ay nag-iisip pa si Bianca kung parehong lalaki nga ba ang nasa harapan niya at ang lalaking nabunggo sa harap ng simbahan. Nang **masigurong** tama ang kaniyang iniisip, **nilapitan** niya ito.*

"Tulungan na kita," nakangiting alok ni Bianca.

"Hindi na, kaya ko naman ito. Salamat na lang," walang reaksyon ang mga mukha ni Mark habang tinatanggihan si Bianca.

*Ngunit **nagpumilit** si Bianca at dahil marami rin talagang bitbit, ay hindi na **nakapagpumiglas** pa si Mark.*

*"Mark pala ang pangalan mo," wika ni Bianca habang binabasa ang **pangalang** nakasulat sa **kard ng pagkakakilanlan** ng lalaki.*

"Ah... oo, pasensya ka na hindi na ko nakapagpakilala noong nakaraan, may iniisip kasi ako noon," sagot naman ni Mark.

At iyon na ang simula ng maganda nilang pagkakaibigan. Simula noon ay lagi na silang magkasama sa paaralan. Napag-usapan nila ang mga bagay sa buhay. At hindi naiwasang mahulog ang loob nila sa isa't isa...

Ilang hakbang na lang ay nasa **tabi** na niya si Mark, nakikita niya ang nakangiting mukha nito, nakatitig sa kaniya. Tuloy pa rin ang paglakad niya kasabay ng **musika** ng kanilang kasal. Isang alaala na naman ang nagbalik sa isipan ni Bianca, isang alaalang **sumubok** sa kanilang **katatagan** at muling natunghayan ng simbahang kanilang kinaroroonan...

Halos tatlong linggo na ang pagliban ni Mark sa klase at lahat ng mga guro ay hinahanap na siya. Sa tuwing tatanungin siya ay "hindi ko alam" ang kaniyang sagot. Hindi rin niya matawagan ang telepono ni Mark, pinuntahan din niya ang bahay ng kasintahan ngunit walang tao roon. Hanggang sa isang kapitbahay ni Mark ang nagsabi kay Bianca ng **kalagayan** ni Mark.

"Si Mark ba kamo? Nasa pagamutan siya ngayon, mag-iisang buwan na. Ang balita ko ay **malala** na ang lagay. Kaawa-awa ang bata na 'yon, ang bait pa naman," pagtatapat ng kapitbahay.

Agad na pinuntahan ni Bianca ang pagamutan na sinabi ng kapitbahay. Ngunit nabigla siya nang makitang nag-iiyakan ang mga tao sa loob ng silid ni Mark, walang pasyente sa kama. Agad siyang nilapitan at niyakap ng ina ni Mark.

"Nawawala siya at hindi namin mahanap. Tulungan mo kami, nag-aalala na kami sa kaniya. Hindi siya maaaring magtagal sa labas dahil baka ikamatay niya ang kaniyang **sakit sa puso**, may **butas** ang kaniyang puso at ito ay lumalaki, bukas sana **nakatakda** ang kaniyang **operasyon**, ngunit bigla siyang nawala," humahagulgol na paliwanag ni Aling Puring, ang ina ni Mark.

Natulala si Bianca sa narinig, wala siyang **kaalam-alam** sa sakit na pinagdadaanan ng kasintahan. Hindi na niya namalayan na dinala siya ng kaniyang mga paa sa simbahan ng San Antonio de Padua --- siguro ay upang magdasal at humingi ng tulong o para **malinawan** ang kaniyang isip. Nabigla siya ng makita si Mark sa loob ng simbahan. **Maputlang-maputla** at parang **hinang-hina** ito.

"Ano ba sa tingin mo ang ginagawa mo? Bakit ka umalis ng pagamautan? Kailangan mo nang maoperahan, ano ba?!" Napalakas ang boses ni Bianca dahil sa labis na pag-aalala.

Ngumiti si Mark at sinabi kay Bianca, "alam mo Bianca, napakahalaga sa akin ng simbahang ito. Dito ako lumaki sapagkat dito ako iniwan ng tunay kong mga magulang. Si Inang Puring ay hindi ko tunay na ina, siya lang ang umampon sa akin."

Habang nakatingin sa altar ay idinugtong ni Mark, "dito ko rin nakilala ang babaeng gusto kong pakasalan at makasama habang-buhay. Ngunit patawad, mukhang hindi ko na magagawa iyon."

*Napaluha si Bianca sa narinig, "halika na **bumalik** na tayo sa pagamutan, mas lalong makakasama sa'yo kapag hindi pa tayo bumalik," **akmang** tatayo si Bianca ngunit hinawakan, pinigilan at niyakap siya ni Mark.*

"Dito ako lumaki at nagkaisip, dito rin ako naunang umibig, kaya gusto kong dito matapos ang lahat. Sa tuwing maalala mo ako o kapag nalulungkot ka, magpunta ka lang dito sa simbahan, nandito ako, naghihintay sa'yo." At nawalan ng malay si Mark habang nakayap kay Bianca.

Magkahawak kamay, nakaharap sa altar sina Mark at Bianca. Naririnig nila ang malakas na sigawan ng naroroon … "KISS". Bago hinalikan ang **asawa** ay nakangiting sinabi ni Mark kay Bianca ang "salamat at hindi mo ko binitawan, salamat at **ipinaalam** mo sa pamilya ko kung nasaan ako noong araw na 'yon, nadala ako sa pagamutan at napaoperahan." At **naglapat** ang kanilang mga labi. Sa **batas** ng simbahan at saksi ang simbahan ng San Antonio de Padua, sila ay mag-asawa na. Ang **tumutunog** na **kampana** at walang **humpay** na sigawan ng mga taong saksi ang naging **hudyat** ng simula ng habang-buhay para kila Mark at Bianca.

Buod ng Kwento

Sa araw ng kanyang kasal kay Mark, hindi maiwasan ni Bianca ang pagdaloy ng mga alaala. Siya ay magpapakasal sa lalaki ng kaniyang pangarap sa San Antonio de Padua Church, ang simbahan na naging saksi sa mahahalagang pangyayari na sumubok sa kanilang dalawa.

Summary of the story

On the day of her wedding day with Mark, Bianca can't help memories from coming back to her mind. She is marrying the man of her dreams at San Antonio de Padua Church, the place which witnessed a lot of memorable and life-turning events for both of them.

Vocabulary

bumukas: opened

simbahan: church

ikakasal: will be married to

elegante: elegant

trahe de boda: wedding gown

belo: wedding veil

nakatakip: covering

lalakad: will walk

patungong: towards

hakbang: steps

nagsilbing: served

pangyayari: incidents

nagpapatila ng ulan: waiting for the rain to stop

nakatayo: standing

malalim: deep

nabunggo: bumped into

reaksyon: reaction

ipinakita: showed

dalaga: young lady

talikod: turned back

suplado: snobbish (referring to a man)

landas: path

silid-aklatan: library

bitbit: carrying

aklat: book

masigurong: ensured

nilapitan: approached

nagpumilit: insisted

nakapagpumiglas: resisted

pangalang: name

kard ng pagkakakilanlan: identification card

tabi: side

musika: music

sumubok: tested

katatagan: determination

kalagayan: condition

malala: worst

agad: immediately

nilapitan: approached

sakit sa puso: heart condition

butas: hole

nakatakda: scheduled

operasyon: operation

kaalam-alam: known; having the knowledge of

malinawan: to clarify

maputlang-maputla: very pale

hinang-hina: very weak

habang-buhay: lifetime

bumalik: to come back

akmang: in the act of

asawa: husband / wife

ipinaalam: informed

naglapat: touched each other

tumutunog: ringing

kampana: church bell

humpay: stop

hudyat: signal

Questions about the story

1. **Ano ang pangalan ng simbahan na nagsilbing saksi kina Mark at Bianca?**

    a) San Antonio de Pablo Church
    b) San Antonio de Pabros Church
    c) San Antonio de Padilla Church
    d) San Antonio de Padua Church

2. **Paano unang nagkakilala sina Mark at Bianca?**

    a) Nabunggo ni Bianca si Mark.
    b) Nasabunan ni Bianca si Mark.
    c) Natabunan ni Bianca si Mark.
    d) Natapakan ni Bianca si Mark.

3. **Ano ang naisip ni Bianca na pagkatao ni Mark?**

    a) supang
    b) superyor
    c) suplado
    d) suportado

4. **Paano nalaman ni Bianca ang pangalan ni Mark?**

    a) kard ng pagkakakilanlan
    b) kard ng pagkakainan
    c) kard ng pagpapaubaya
    d) kard ng pagkakasamahan

5. **Ano ang naging sakit ni Mark?**

    e) sakit sa paa
    f) sakit sa puso
    g) sakit sa pusod

h) sakit sa tuhod

Answers

1. D – San Antonio de Padua Church
2. A – Bianca bumped into Mark
3. C – snobbish (referring to a man)
4. A – identification card
5. B – heart condition

CHAPTER 15

ANG TUNAY NA TAGUMPAY

Lumaki si Miya na hindi **nakikilala** ang tunay na mga magulang. **Sanggol** pa lamang siya nang ipaampon sa "kaibigan" ng kaniyang ama. Nang nasa ikaapat na baitang na siya, namatay sa aksidente ang mag-asawang kumupkop sa kaniya. Bago nalagutan ng hininga ang **kinilalang** ama, ibinilin sa kaniya na huwag aalis sa piling ni Aling Martha. Kung ano ang dahilan ay hindi niya maunawaan. Sa pagkamatay ng **kinagisnan** ay **nangangahulugan** na rin ng **pagbaon** sa libingan ng tunay na pagkatao ng kaniyang mga magulang.

Nakitira nga siya sa bahay ni Aling Martha, na kung **tawagin** niya ay Tiya. Si Tiya Martha ay kapatid ng kinalakihan niyang ama. Kung **susuriin**, wala talaga silang koneksyon o kinalaman dapat sa isa't isa, hindi sila **magkadugo**. Ang pagiging hindi magkadugo nga yata ang dahilang kung bakit "katulong" ang naging trato sa kaniya ng pamilya ni Tiya Martha.

Sampung taon lamang siya noon ngunit **ipinasa** at **ipinagawa** na sa kaniya lahat ng gawaing-bahay: paglilinis, **paghuhugas** ng **pinggan**, **pagsasaing** at **pagluluto**, **paglalaba**, **pamamalantsa**, pamamalengke at lahat na. Si Miya rin ang **tagasilbi** sa hapag-kainan. Hindi siya maaaring **sumabay** sa pamilya ni Aling Martha sa pagkain. Kung ano ang matira ay iyon lang ang pagkain niya.

Mapupuri pa rin naman si Tiya Martha sapagkat hindi **tinutulan** ang pag-aaral ni Miya, lumipat nga lang si Miya sa pampublikong paaralan para **libre** ang pag-aaral. Sa tulong ng iba pang kaibigan ng kaniyang kinagisnang ama, nagkaroon siya ng trabaho sa isang panaderya. Naglalako siya ng pandesal, at ang **kinikita** rito ay kaniyang baon o para sa gastusin niya sa paaralan. Hindi man siya tinututulan ni Tiya Martha sa pag-aaral ay hindi naman siya binibigyan ng pera nito para sa mga gastos sa paaralan. **Sariling** sikap ni Miya ang lahat pagdating sa kaniyang pag-aaral.

May tatlong anak si Tiya Martha, isang babae at dalawang lalaki. Lahat sila'y parang naging **hari** at **reyna** na nagkaroon ng **utusan** simula ng **nakipisan** si Miya sa kanila. Kahit simpleng paghugas ng pinagkainan ay hindi man lang magawa. Ang **panganay** na si Christine, bagama't dalawampung taong gulang na noong lumipat si Miya sa bahay nila ay labis ang **pagkawalang pananagutan**. Pinapalabhan niya kahit ang mga sariling **panloob** kay Miya. Ang mga kapatid naman niyang lalaki na sina John at Lloyd, labing-walo at labinlimang taong gulang, ay labis ring makapag-utos lalo sa pagpapalinis ng sapatos at pagpaplantsa ng damit.

Atsay o katulong ang **pakilala** ng magkakapatid sa kaniya kapag may dumadalaw na kaibigan o kamag-anak. Masakit man para kay Miya na hindi tratuhin na kapamilya ay wala naman siyang magagawa dahil hindi naman talaga siya kapamilya. Sa murang katawan ni Miya ay naramdaman niya ang hirap ng trabaho. Ngunit hindi niya **ininda** ang lahat ng ito, para sa kaniya, ang lahat ng **dinaranas** ay **pagsubok** lang sa kaniyang katatagan at determinasyon sa tagumpay. Lahat ng **pang-aapi** at **pang-aalipustang** tinanggap niya sa pamilya ni Aling Martha ay ipinagdasal na lang niya. Paminsan-minsan ay napapaiyak siya bago matulog. Iniisip niya kung ano ang naging buhay niya kung hindi namatay ang mga umampon sa kaniya o kung hindi siya iniwan ng tunay na mga magulang. Ngunit pagkatapos pumatak ng mga luha, muli siyang babangon na **puno** ng pag-asa. Ang mahalaga para sa kaniya ay nakakapag-aral siya, may bubong na **nasisilungan** at **higaang natutulugan**.

Nakapag-aral siya ng sekondarya at kolehiyo sa pamamagitan ng pagiging iskolar. Nagtrabaho siya sa silid-aklatan ng dalawampung oras kada linggo, ang kapalit nito ay libre siyang nakapag-aral, sagot ng paaralan at mayroon pa siyang sahod na tinanggap.

Sa sipag at tiyaga, natapos niya ang kursong *Bachelor of Library and Information Studies*, nakahanap agad siya ng trabaho bilang **tagapangasiwa ng aklatan** sa isang kilalang **Pamantasan**. Agad din niyang nakuha ang kaniyang **lisensya** sa **napiling** propesyon kaya't naging maganda at matagumpay siya sa napiling **larangan**. Limang taon siyang nagtrabaho sa Pamantasan. Lahat ng sahod niya ay binigay niya kay Tiya Martha. **Nagtabi** lamang siya ng kaunti para sa kaniyang **pamasahe** at pagkain. Ang **pananaw** niya ay **karapat-dapat** niyang bayaran unti-unti ang mga nagastos ni Tiya Martha sa kaniya. Kapansin-pansin din ang pagbabago sa pagtrato ng pamilya ni Tiya Martha sa kaniya. Pinakilala na siya bilang **pamangkin** at hindi katulong. Siguro nga ay **pinagbigyan** din sa wakas ang kaniyang mga dasal.

"Mag-iingat ka doon at lagi mo kaming tatawagan," paalala ni Tiya Martha sabay yakap sa kaniya.

"Maraming salamat po sa pagkupkop sa akin kahit hindi niyo ako tunay na kapamilya. Malaki po ang utang na loob ko sa inyo. Tatawag po ako **madalas**," pagpapaalam ni Miya. Dala ang **maleta** ay pumasok na siya sa **paliparan**. Ngayon ang alis niya papuntang Singapore. Nakakuha siya ng trabaho roon, **limang-doble** ng kinikita niya sa Pilipinas ang **nakasaad** sa pinirmahan niyang **kontrata**. Habang nilalakad ang paliparan, hindi maiwasan ni Miya ang mag-isip. Para nga ba siyang si Cinderella na **inapi** ngunit naging matagumpay sa huli?

Palagay niya ay hindi... Katulad man ni Cinderella ang naging karanasan niya --- pahirapan ng kinalakihang pamilya, hindi naman sila **magkatulad** ng naging dahilan ng tagumpay. Hindi katulad ni Cinderella, walang **mahika** ang buhay niya, wala rin siyang nakilalang **prinsipe** na **aahon** sa kaniya sa **kinasasadlakan**. Alam niya at ipinagmamalaki niya na ang kaniyang sipag, tiyaga at pagsusumikap ang **nagdala** at patuloy na magdadala sa kaniya sa tunay na tagumpay.

Buod ng Kwento

Hindi nakilala ni Miya ang tunay niyang mga magulang. Inalagaan at pinalaki siya ng kaibigan ng kaniyang tunay na ama. Nang nasa ikaapat na baitang siya sa elementarya, namatay ang mga kumupkop sa kaniya. Inihabilin naman siya sa kapatid ng kinilalang ama, si Martha. Ngunit ang pamilya ni Martha ay pinagmalupitan siya; tinuring siya bilang katulong, tagasilbi at utusan. Nagtapos ang kwento nang si Miya ay nasa paliparan, iniisip ang pagkakapareho ng naging buhay niya sa kwento ni Cinderella. Siya ay paalis papuntang Singapore.

Summary of the story

Miya did not have the chance to meet her biological parents. She was taken care of by a friend of his biological father. When she was in fourth grade in elementary, her adoptive parents died. She was entrusted to a sister of her adoptive father, Martha. But Martha's family was not welcoming; Martha's children treated her as a maid, helper or servant. The story ended at the airport, with Miya thinking about the similarities of her life experiences with the story of Cinderella. She was leaving for Singapore.

Vocabulary

nakikilala: knowing someone

sanggol: baby

kinilalang: recognized as

kinagisnan: how / where a person was raised

nangangahulugan: meaning

pagbaon: to bury

tawagin: called as

susuriin: to analyze

magkadugo: related by blood

katulong: maid

ipinasa: passed on

ipinagawa: asked to do

paghuhugas: washing

pinggan: dishes

pagsasaing: to cook rice

paglalaba: doing the laundry

pamamalantsa: ironing clothes

tagasilbi: servant

sumabay: to do activities with

mapupuri: commendable

tinutulan: went against

libre: free

kinikita: earning

sariling: own

hari: king

reyna: queen

utusan: helper

nakipisan: joined thyself

panganay: eldest

pagkawalang pananagutan: irresponsible

panloob: underwear

atsay: slang word for maid

pakilala: to introduce

ininda: be affected; feel

dinaranas: experiencing

pagsubok: trials in life

pang-aapi: to oppress

pang-aalipustang: maltreatment

puno: full of

nasisilungan: sheltering

higaang: bed

natutulugan: where one can sleep

tagapangasiwa ng aklatan: librarian

Pamantasan: University

lisensya: license; in the Philippines, a professional license is a requirement to be able to practice librarianship

napiling: chosen

larangan: field

nagtabi: set aside

pamasahe: transportation fare

pananaw: perspective

karapat-dapat: deserved

pamangkin: niece / nephew

pinagbigyan: gave in to a request

madalas: frequently

maleta: suitcase

paliparan: airport

limang-doble: five times

kinikita: earning

nakasaad: stated

kontrata: contract
inapi: oppressed
magkatulad: same
mahika: magic
prinsipe: prince
aahon: go upwards
kinasasadlakan: hardship
nagdala: brought into

Questions about the story

1. **Kailan ipinaampon si Miya sa kaibigan ng kaniyang ama?**

    a) Sampu pa lamang.

    b) Sanga pa lamang.

    c) Sanggol pa lamang.

    d) Singsing pa lamang.

2. **Ano ang ikinamatay ng kinilalang magulang ni Miya?**

    a) aksidente

    b) aksyon

    c) alkansya

    d) alpombra

3. **Sino ang panganay na anak ni Aling Martha?**

    a) Christine

    b) John

    c) Lloyd

    d) Miya

4. **Ano ang kursong tinapos ni Miya?**

    a) Bachelor of Library and Information Scenes

    b) Bachelor of Library and Information Science

    c) Bachelor of Library and Information Sources

    d) Bachelor of Library and Information Studies

5. **Kanino naihalintulad ni Miya ang sariling karanasan?**

    e) Bella

    f) Cinderella

    g) Rapunzel

    h) Snow White

Answers

1. C – When she was a baby.
2. A – accident
3. A – Christine
4. D – Bachelor of Library and Information Studies
5. B – Cinderella

CHAPTER 16

ANG POKUS NI KAYE

Maraming binata ang **nagnanais** makuha ang **matamis** na "oo" ni Kaye. Bukod kasi sa pagiging magandang dalaga, siya ay masayahin at magalang pa. Batid din ng lahat sa **baryo** na siya ay **maalam** sa gawaing-bahay. Dahil dito ay iniisip ng mga **kalalakihan** na magiging **ulirang** ina siya ng tahanan, iniisip nilang masarap mag-alaga at mag-asikaso ang isang asawang katulad niya. Ngunit, may isa lamang na nagiging **kapintasan** si Kaye --- labis ang kaniyang pagiging **mapangarapin**. Wala siyang oras na **pinipili** sa **pangangarap**, umaga o tanghali man, walang hudyat o senyales, siya ay bigla na lamang makikitang nakatingin sa malayo, tila nawawala sa sarili sa lalim ng pag-iisip at nangangarap ng **gising**.

Dala na rin siguro ng **inggit** ng ibang **kababaihan** sa baryo dahil sa labis na atensyon na nakukuha ni Kaye sa mga kalalakihan, hindi maiwasang siya ay **mapagtsismisan** at **maismiran**.

"Si Kaye, na madalas ay nakatitig sa kawalan, biglang ngingiti at mukhang **baliw** na tila wala sa sarili, ang **natitipuhan** ni Peter? **Nasisira** na ba ang ulo niya?" Minsan ay tanong ni Aling Angie sa mga **kaumpukan** sa tindahan. Tawanan sa mga kausap lamang ang nakuha niyang sagot.

Mapangarapin... naging **bansag** na ito kay Kaye at ito ay batid ng dalaga. Ngunit **imbis** na ikagalit sa mga taong nagbansag sa kaniya, ay ikinatuwa pa niya ito. "Eh ano kung mapangarapin? Walang masama ang mangarap at **maghangad**. Wala akong **pakialam**, lalo na at **nagkakandarapa** ang mga kalalakihan para ako ay **mapaibig**," minsan ay nasasabi ni Kaye sa sarili kapag nakikita ang mga **mapanuring** mata na nakatingin sa kaniya.

Minsan ay niregaluhan siya ni Peter ng isang pares ng **kalabaw**. Tuwang-tuwa si Kaye. Kinainggitan naman ito ng ibang dalaga sa baryo. Alam ng lahat sa kanilang lugar na mahal ang kalabaw at ang pagreregalo nito ay hindi **basta-basta**. Alam ni Kaye na kapag naparami niya ito at nakapagbigay ng **gatas** ay tiyak na malaking pera ang **kapalit**. Dahil alam ng kaniyang ama ang kaniyang pagiging mapangarapin, lagi siyang **pinapaalalahanan** nito ng, "**magpokus** ka sa ginagawa mo ngayon, Kaye. Sabi nga ng mga matatanda, huwag **bilangin** ang mga **sisiw** habang hindi pa **napipisa** ang mga **itlog**, dahil baka ang mga ito ay **mabulok**."

Ngunit ang paalalang ito ay pasok sa isang **tenga** at labas lamang sa **kabila** para kay Kaye. Inalagaan niyang mabuti ang mga kalabaw. Nagpagawa siya ng **kulungan** sa kaniyang ama, nagpatulong din siya sa pag-aalaga sapagkat isa itong magsasaka. **Natutunan** niya na kailangan ng kalabaw ang **protina**, nalaman din niya na mahalaga ang wastong **pormula** sa **rasyon** ng pagkain.

Dahil maraming **madamong** bahagi ng **pastulan** sa baryo, hindi naging problema para kay Kaye ang **pagsususga** sa kaniyang mga kalabaw. Sa tulong ng kaniyang ama ay **tinatali** nila ang mga kalabaw sa madamong bahagi upang **makapanginain** ang mga ito. Itatali nila sa umaga, isisilong sa hindi mainit na lugar sa tanghali at iuuwi ng bahay sa hapon.

Lumipas ang mga araw at dahil sa tamang pag-aalaga nilang mag-ama ay dumating ang araw na nakakuha na sila ng gatas mula sa kalabaw. Tinuruan at tinulungan si Kaye ng kaniyang ama sa paggagatas sa kalabaw. Nang matikman ang gatas at **nalasahan** ang **linamnam** nito, naisip ni Kaye na magiging **mabenta** ang gatas. Nang

makapuno ng isang malaking **bote, napagdesisyunan** niya na magpunta sa palengke at ibenta ito.

Maaliwalas ang panahon ng araw na iyon. Nilagay sa kaniyang ulo ang bote at masayang umalis papuntang palengke. Habang siya ay naglalakad sa **maruming** lansangan, **umiral** na naman ang pagiging mapangarapin ni Kaye. Nagsimula siyang mag-isip at mangarap ng kung anu-ano. Isa na rito ay kung ano ang gagawin at bibilhin sa perang magiging kapalit ng gatas.

"Siguro ay bibili ako ng **dumalagang manok**, mga isang dosena. Kapag sila ay **nangitlog** na ay ipagbibili ko naman at ang perang mapagbibilhan ko ng itlog mula sa manok at gatas mula sa aking kalabaw ay ipambibili ko ng **tela** at **ipagpapatahi** ko ng magandang damit, para lalo akong maging kaakit-akit," masayang winika ni Kaye sa sarili.

"Ay mali, huwag na lang pala tela, bibili nalang ako ng magandang **bestidang pula** o **kulay rosas**, kapag **kasya** pa ang pera ko ay bibili pa ko ng sapatos. Tapos ay mag-aayos ako at pupunta sa **Pistang Bayan**. Naku! Siguradong maraming mata na naman ang titingin sa akin, maraming kalalakihan na naman ang susuyo sa akin," nasasabik na pagpapatuloy ni Kaye.

Dahil sa nararamdamang saya ay **napakendeng-kendeng** ang lakad ni Kaye. Nawala sa kaniyang sarili at nakalimutan na may bote ng gatas sa kaniyang ulo. Sa labis na kasabikan sa naiisip, pangarap na gawin at perang kikitain, nawala ang kaniyang pokus sa **nakasunong** sa kaniyang ulo.

Bog! Bumagsak ang bote. Hindi niya napansin ang isang bato dahil sa kawalan ng pokus sa paglalakad, natalisod siya sa isang bato at nawala ang kaniyang balanse. Ang gatas at **bubog** ng bote ay nagkalat sa kalsada. Hindi nakapagsalita si Kaye sa kabiglaan. Ang mga pangarap biglang **naglaho** kasabay ng pagkalat ng gatas. Labis ang kalungkutang tinahak niya ang daan pauwi, hindi niya malaman ang kaniyang gagawin, iniisip pa lang niyang magsisimula na naman siya sa umpisa at magpapakahirap na naman sa pag-aalaga ng kalabaw ay napapagod na siya.

Naiinis si Kaye sa sarili dahil sa pagkawala ng pokus sa kasalukuyang ginagawa. "Ano ba naman kasi 'yan, Kaye?! Nasaan ang pokus mo?" Naitanong ni Kaye sa sarili habang hindi namalayan ang pagpatak ng luha ng dahil sa **panghihinayang**.

Buod ng Kwento

Ang mga kalalakihan ng baryo ay nagnanais makuha ang pagtingin ni Kaye dahil siya ay maganda, masayahin, magalang at maalam sa gawaing-bahay. Ngunit mayroon siyang isang kapintasan – masyado siyang mapangarapin. Siguradong mawawala ang pokus niya kapag nagsimula na siyang mag-isip ng plano at mangarap.

Summary of the story

Men are competing for Kaye's attention because she is beautiful, cheerful, respectful and very knowledgeable with household chores. But she has one flaw – she's very dreamy. She definitely loses her focus when she starts to think about her dreams and plans.

Vocabulary

nagnanais: desire

matamis: sweet

baryo: subdivision of a town

maalam: knowledgeable

kalalakihan: among men

ulirang: exemplary

kapintasan: flaw

mapangarapin: dreamy

pinipili: choosing

pangangarap: dreaming

gising: awake

inggit: jealousy

kababaihan: among women

mapagtsismisan: to gossip

maismiran: to scoff

baliw: crazy

natitipuhan: beginning to like

nasisira: going out of mind

kaumpukan: group of people talking

bansag: alias

imbis: instead of

maghangad: to want

pakialam: to care

nagkakandarapa: falling for

mapaibig: to win over someone's heart

mapanuring: observant

kalabaw: carabao

basta-basta: simple

gatas: milk

kapalit: in return
pinapaalalahanan: reminding of
magpokus: to keep focused on
bilangin: to count
sisiw: chicks
napipisa: to hatch
itlog: eggs
mabulok: to rot
tenga: ear
kabila: the other side
kulungan: barn
natutunan: to learn
protina: protein
pormula: formula
rasyon: ratio
madamong: grassy
pastulan: pasture
pagsusuga: tethering
tinatali: to tie
makapanginain: to be able to eat
nalasahan: tasted
linamnam: richness in taste
mabenta: to sell
makapuno: to fill
bote: bottle
napagdesisyunan: decided on
maaliwalas: sunny
maruming: dirty
umiral: started to
dumalagang manok: hen
nangitlog: to produce eggs

tela: canvas

ipagpapatahi: to sew

bestidang: dress

pula: red

kulay rosas: pink

kasya: enough

Pistang Bayan: Fiesta; one of the influences of Spanish tradition, in the Philippine culture, fiesta means feast which is a time of joyful celebration where Filipinos cook heaps of hearty food, throw open doors to visitors and parade in the streets

napakendeng-kendeng: exaggerated wiggling of hips while walking

nakasunong: to carry

bubog: broken glass

naglaho: disappeared

panghihinayang: regret

Questions about the story

1. Sa anong bagay maalam si Kaye?

   a) gawaing-aklatan
   b) gawaing-bahay
   c) gawaing-kwarto
   d) gawaing-silid

2. Ano ang naging bansag ng mga kababaihan kay Kaye?

   a) mapangarapin
   b) mapangharapan
   c) mapanghinaan
   d) mapanginain

3. Ano ang regalo ni Peter kay Kaye?

   a) kabayo
   b) kalabaw
   c) kambing
   d) kaulayaw

4. Sa paalala ng ama kay Kaye, ano raw ang hindi dapat bilangin?

   a) kuting
   b) sawa
   c) sisiw
   d) tuta

5. Ano ang naramdaman ni Kaye sa huli nang mabasag ang bote ng gatas nang mawala ang kaniyang pokus?

   e) pagsasaya
   f) panghihina

g) panghihinayang
h) pang-iinis

Answers

1. B – household chores
2. A – dreamy
3. B – carabao
4. C – chicks
5. C – regret

CHAPTER 17

HAMON NG KAPALARAN

"Huwag mong **idahilan** na bata ka... na wala kang magagawa... na nakatali ang iyong mga kamay... na limitado ang iyong kakahayan... dahil sa mura mong edad at kaisipan ay napakarami mong **magagawa**. Huwag mo ring idadahilan ang kahirapan ng buhay sapagkat hindi ito **hadlang** para **abutin** ang iyong mga pangarap o **mithiin** sa buhay. Maraming **paraan** para ikaw ay **umunlad** sa buhay, basta dapat lang ay gamitin nang **wasto** ang **katalinuhan** at lakas na **kaloob** sa iyo ng **Maykapal** upang mas maging maganda ang **kapalaran** mula sa kasalukuyan," **masigabong palakpakan** ang tinamo ni Jeff sa pagtatapos ng kaniyang pananalita. Siya ang **naatasan** na magbigay ng inspirasyon sa mga mag-aaral na magtatapos ng sekondarya sa Paaralan ng Santiago Apostol, ang paaralan kung saan din siya nagtapos ng may **pinakamataas** na akademikong parangal, dalawampung taon na ang nakalilipas. Isa na siyang magaling na manggagamot ngayon.

Para sa mga mata ng **nagsipagtapos,** mga magulang at iba pang mga bisitang naroroon at nakikinig, si Jeff ang larawan ng tunay na tagumpay dahil sa narating nito sa buhay. Ngunit para sa mga naging guro ni Jeff sa paaralang iyon, ang **sukatan** ng tunay na tagumpay ay makikita kay Jeff dahil sa mga **pinagdaanan** nito sa buhay.

Malinaw na nagbalik sa alaala ni Bb. Mirasol ang karanasan, mga pinagdaanan at pinaghirapan ni Jeff. Bumalik sa kaniyang alaala kung papaano ito nakapagtapos ng pag-aaral. Parang nakita niyang muli sa isip niya ang batang si Jeff na nakatapos ng dahil sa **pagbabasura**...

*Sa murang edad na labing-isa ay natutunan at kinailangan na niya ang **magbanat ng buto**. Ano ang kaniyang naging hanapbuhay? Pagtatapon ng basura para sa mga nakatira sa La Mirada Subdivision at bilang utusan ng ilan sa mga naninirahan doon. Bilang utusan, siya ay napapagawa ng maraming bagay tulad ng pagkuha ng isang **sakong bigas**, **magpagiling** ng bigas o kaya'y magbuhat ng **tubig**.*

*Kasama niya sa pagbabasura ang kaniyang mga **pinsan** --- si Paul na siyam na taong gulang at si Jason na pitong taon naman. **Piso** hanggang **limang piso** ang kinikita nila noon sa pagbabasura, depende sa **bigat** at dami ng **nakukulekta**. Ikaapat ng hapon kung sila ay magdala ng **kalakal** sa **tambakan**. Ang kinita ay hahatiin nila sa tatlo nang pantay-pantay, walang **lamang** at walang **dehado**. Ang totoo ay hinahangaan ni Bb. Mirasol ang tatlong bata dahil maaga silang **namulat** sa katotohanan na dapat sa sariling pawis **manggaling** ang kabuhayan. Natutuwa siyang maging saksi na ang tatlong batang ito, imbes na **inuubos** ang **bakanteng** oras sa paglalaro ay naghahanapbuhay at **nagpapatulo** ng pawis. Sila ay kumikita ng tiyak nilang pambaon at may kaunti pang nabibigay sa magulang o **baryang** nahuhulog sa **alkanysa**.*

Isang pangyayari ang biglang bumalik sa alaala ni Bb. Mirasol...

*"Nais ko pong ipabili kay Nanay ng **mansanas** at pritong manok para sa aming **Media Noche**. Kung may **sukli** at kasya pa, ipapadagdag ko na rin ang **inihaw** na **baboy**,"* tugon ni Jeff nang tanungin siya ni Bb. Mirasol sa nais niyang bilin mula sa mga naipon na barya sa alkansya. Sa naging sagot ni Jeff ay naramdaman ng guro ang pagiging katangi-tangi ng bata. Tanging si Jeff ang

164

sumagot ng pagkain, ang kaniyang mga kamag-aral ay sumagot ng laruan o kaya'y mamahaling damit at sapatos.

Matapos masabitan ng medalya ng pagkilala ng pamunuan ng paaralan ay bumaba na ng entablado si Jeff. Agad niyang nilapitan sa kinauupuan si Bb. Mirasol, ang kaniyang gurong tagapayo noong siya ay nasa ikaapat na antas sa sekondarya. **Nagkumustahan** sila.

"Salamat po, Ma'am. Kung hindi dahil sa pakikinig ninyo sa akin noon, siguro ay hindi ako magiging manggagamot," nakangiting wika ni Jeff.

"Naku ikaw naman, noon pa man, alam ko na magiging matagumpay ka sa pipiliin mong larangan. Matalino, masipag at matiyaga ka kaya hindi imposible 'yon. Natutuwa at ipinagmamalaki ko na narating mo ang iyong pangarap," nakangiting tugon ni Bb. Mirasol.

Matapos ang ilan pang palitan ng kwento ay **nagpaalam** si Jeff kay Bb. Mirasol na pupuntahan ang iba pang guro.

"Sige Ma'am, natutuwa po akong makita kayo ulit. Puntahan ko lang po muna sandali si Gng. De Ocampo," pagpapaalam ni Jeff. "Baka po kasi magtampo," **pabiro** pang dugtong niya.

Habang nakatingin kay Jeff, naisip ni Bb. Mirasol ang isa sa mga naging **panuntunan** ni Gat Jose Rizal, ang **pambansang** bayani ng Pilipinas, nang **makulong** at manatili siya sa Dapitan --- na dapat imulat ang mga bata sa **puspusang** pag-aaral at **paggawa**. Ang **paniniwala** ni Rizal ay dapat maaga pa lang ay ituro na sa mga bata ang pagmamahal at pagpapahalaga sa paggawa.

Sa pagkatao ni Jeff ay nakita ni Bb. Mirasol ang tunay na sukatan ng tagumpay. Si Jeff ang **nagpatunay** na may **kabutihang** nagagawa ang kahirapan sa mga bata, dahil sa batang kaisipan ay **nalantad** sa **pakikibaka** at **pagharap** sa suliranin sa buhay. Siya ay naging matatag, **kalmado** at **mahinahon** lang sa mga hamon ng buhay. Ang hamon ng kapalaran ay hinarap ni Jeff dahil sa dukhang pamilya siya **ipinanganak**, pero **napagwagian** niya ang hamon sa kaniya at isinabuhay ang matandang **kasabihan**, "kung ipinanganak kang mahirap, magsumikap ka at piliting huwag mamatay ng mahirap."

Buod ng Kwento

Naimbitahan si Jeff na magbigay ng pananalita ng inspirasyon. Para sa mga mata ng nagsipagtapos at mga bisita ng paaralan, siya ay tunay na sukatan ng tagumpay dahil sa kaniyang propesyon bilang manggagamot. Ngunit para kay Bb. Mirasol, ang kaniyang gurong tagapayo noong siya ay nasa ikaapat na antas sa sekondarya, siya ay tunay na sukatan ng tagumpay hindi dahil sa mga nakamit niya kundi dahil sa mga pinagdaanan niya para makamit ang mga mithiin.

Summary of the story

Jeff was invited to give an inspirational speech for the graduating class. In the eyes of the guests and graduates, he's a true measure of success for his career as a doctor. But for Ms. Mirasol, his class adviser when he was in fourth year high school, he's a true measure of success not because of what he achieved in life but because of what he went through to achieve his ambition.

Vocabulary

idahilan: to reason as
magagawa: to accomplish an objective
hadlang: hindrance
abutin: to reach
mithiin: ambition
paraan: ways
umunlad: progress
wasto: properly
katalinuhan: intelligence
kaloob: endowment
Maykapal: Creator; God
kapalaran: fate
masigabong: enthusiastic
palakpakan: applause
naatasan: assigned
pinakamataas: highest
nagsipagtapos: graduates
sukatan: measure
pinagdaanan: went through
pagbabasura: collecting garbage
magbanat ng buto: literally means to stretch the bones; in the Philippines, this is an idiomatic expression which means to work hard to aim money
sakong: sack
bigas: rice
magpagiling: to grind
tubig: water
pinsan: cousins
piso: one peso (describing money)

limang piso: five pesos (describing money)

bigat: weight

nakukulekta: collecting

kalakal: goods

tambakan: junk shop

lamang: at an advantage

dehado: at a disadvantage

namulat: awakened

manggaling: to come from

inuubos: consuming

bakanteng: vacant

nagpapatulo: to let something flow

baryang: coins

alkansya: piggy bank

mansanas: apple

Media Noche: lavish midnight feast, celebrated by Filipinos to welcome the coming year. It symbolizes hope for prosperity.

sukli: change

inihaw: grilled

baboy: pork

nagkumustahan: exchanged stories

nagpaalam: asked for permission

pabiro: jokingly

panuntunan: principle

pambansang: national

makulong: imprisoned

puspusang: in full swing; full of determination

paggawa: labor

paniniwala: belief

nagpatunay: proved

kabutihang: goodness

nalantad: exposed
pakikibaka: struggle
pagharap: dealing
kalmado: even-minded
mahinahon: calm down
ipinanganak: born
napagwagian: able to win
kasabihan: saying (noun)

Questions about the story

1. Ano ang hindi dapat maging hadlang para abutin ang mga pangarap?

   a) kagandahan
   b) kahirapan
   c) kamusmusan
   d) kasayahan

2. Ano ang tinamo ni Jeff matapos ang kaniyang pananalita?

   a) mahinahong palakpakan
   b) mahinang palakpakan
   c) masigabong palakpakan
   d) masiyahing palakpakan

3. Ano ang naging daan para makatapos si Jeff?

   a) pagbabasura
   b) pagbabarberya
   c) pagkakahera
   d) pagkakarera

4. Saan hinuhulog ang mga barya?

   a) alkansya
   b) alkantara
   c) alpombra
   d) alugbati

5. Ayon sa panuntunan ni Rizal, kailan dapat ituro sa mga bata ang pagmamahal at pagpapahalaga sa paggawa?

   e) maaga
   f) maalam

g) mabigla
h) mapagpala

Answers

1. B – poverty
2. C – enthusiastic applause
3. A – collecting garbage
4. A – piggy bank
5. A – early

CHAPTER 18

PINAKAWALANG PAG-IBIG

Bog! Bumagsak mula sa kamay ni Dana ang hawak na **bandeha** ng pagkain dahil sa labis na pagkabigla. **Kumurap-kurap** at pilit tinitigan ang nasa harapan... Si Jerson nga! Hindi siya **makapaniwala** na hindi siya **niloloko** ng nakikita. Nakatingin din sa kaniya si Jerson, siguro ay kinikilala siya. Nang ngumiti ito sa kaniya, alam na niyang siya ay hindi nagkakamali.

"Ma'am, okay lang po kayo?" Hindi namalayan ni Dana ang paglapit ng isang **serbidor** para **linisin** ang mga **kumalat** na pagkain sa sahig.

"Ah... oo, ayos lang ako, pasensya na," nauutal na tugon ni Dana sa serbidor. Ang mga mata ay nakatitig pa rin kay Jerson.

Tumayo at akmang **lalapitan** siya ni Jerson kaya't biglang tumakbo sa palikuran si Dana.

"Nandito siya! Nakikita ko talaga siya! Pareho kami ng hangin na hinihinga! Nagkita ulit kami pagkatapos ng limang taon! Si Jerson talaga!" Mabilis ang **tibok** ng kaniyang puso habang nakatingin sa **salamin** at kinakausap ang sarili. Si Jerson ay ang **dati** at **kaisa-isa** niyang kasintahan. Siya rin ang kaniyang unang pag-ibig na nagpakilig at nagpaluha sa kaniya.

"Ano ba kasi ang nangyari, Dana? Ano ba naman kasing **kalokohan** 'yang ginawa mo? Bakit ka ba kasi **nagmalaki** at nang-iwan? Ngayon hindi mo siya kayang **harapin**? Pero hindi ba ilang **beses** mo siya hinahanap sa *social media sites*? Ngayon ayan na sa harap mo, bakit

nagtatago ka pa?" **Sunod-sunod** na tanong ni Dana sa sarili, habang nakatingin pa rin sa salamin. Sa ibang nakakakita, iniisip na siya ay baliw. Bumalik sa alaala ni Dana ang pag-iibigan nila ni Jerson…

*Matagal nang **hinahangaan** ni Dana si Jerson dahil sa husay nito sa pagsasalita. Matanda ng dalawang taon sa kaniya si Jerson at nasa ikaapat na taon na sa kolehiyo noon habang siya ay nasa ikalawang taon pa lang. Sa hindi inaasahang pagkakataon, nagkasama sila sa isang programa ng paaralan na nagpalapit sa kanila sa isa't isa. Alam ni Dana na hindi siya ang **tipo** ng babae ni Jerson, ngunit dahil sa lakas ng kaniyang loob at determinasyon na makuha ang isang bagay na maibigan, gumawa siya ng paraan upang **mapansin** ni Jerson. Kakaiba man sa **kulturang** Pilipino na kinagisnan, masasabing si Dana ang **nanligaw** kay Jerson. Hindi naman nabigo ang mga pagsisikap ni Dana, napansin siya ni Jerson at napaibig niya ang binata.*

*Hindi man inaasahan ng kanilang mga kaibigan at kakilala ang kanilang relasyon, naging masaya at hindi **malilimutan** ang bawat **sandaling** magkasama sila. Nailabas nila ang totoong husay ng bawat isa. Masasabi rin na naging matagumpay sila sa kani-kanilang karera --- si Dana bilang arkitekto at si Jerson bilang **tagapamahala ng kusina**. Pinangarap nilang magtayo ng sarili nilang restawran, si Dana ang **magdidisensyo** at si Jerson ang magiging tagapamahala sa kusina.*

*Ngunit habang **lumalawak** ang mga pangarap at **dumadami** ang mga kakilala, hindi namalayan ni Dana ang paglayo niya kay Jerson. Unti-unti naramdaman niyang nawawala ang paghanga. Nakakuha ng oportunidad si Dana na mag-aral sa New York upang lalo pang **pahusayin** ang kaniyang galing. Totoong kasiyahan para sa kaniya ang naramdaman ni Jerson, ngunit tinanggihan ang alok na* sumama sa kaniya sa New York. Para kay Jerson, nasa Pilipinas ang ikauunlad niya sa karerang napili niya.

Naramdaman na lang ni Dana ang pagkawala ng respeto niya para kay Jerson. Hindi niya maisip kung dahil lang ba ito sa pagtanggi ng kasintahan na samahan siya sa New York o dahil **nagsawa** na lang siya sa limang taon ng kanilang pinagsamahan. Iniisip rin niyang posibleng ang pagnanais niya na mapaunlad ang kaniyang kahusayan ang dahilan sa **panlalamig** niya sa kasintahan.

Dalawang linggo bago siya lumipad patungong New York, inalok siya ng kasal ni Jerson. Ngunit sa hindi maipaliwanag na dahilan, sa harap ng kanilang pamilya at kamag-anak, ay tinanggihan ni Dana. "Patawad..." ang huling nabigkas na salita ni Dana, sabay ang pagpatak ng mga luha, tumalikod siya at lumakad palayo sa nakaluhod na si Jerson.

"Anong mali ang nagawa ko? Sabihin mo sa akin para **maitama** ko, para magawan ko ng paraan." Umiiyak na tanong ni Jerson kay Dana sa telepono. Ngunit mga **hikbi** lamang ang narinig sa kabilang linya.

Maraming tanong ang hindi nabigyan ng kasagutan. Sa **isang iglap** at hindi maipaliwanag na dahilan, natapos ang limang taon nilang pagsasama. Umalis si Dana at nag-aral ng dalawang taon sa New York. Nawalan sila ng komunikasyon ni Jerson. Ngunit sa New York niya naramdaman ang pagsisi sa pinakawalang pag-ibig. Gusto niyang simulang muli ang lahat sa kanila ni Jerson. Sinubukan niyang hanapin sa social media sites si Jerson upang makabalita tungkol sa kaniya ngunit wala siyang **napala**...

Ngunit ngayon, sa hindi inaasahang pagkakataon, sa hindi inaasahang lugar, muling nagtama ang kanilang mga mata. "Ito na ba ang ikalawang pagkakataong hiniling ko para maitama ang pagkakamali ko?" Tanong ni Dana sa sarili, nakatingin pa rin sa salamin.

Huminga siya ng malalim at humanap ng lakas ng loob. Lumabas siya upang harapin ang kaniyang nakaraan. Handa na siyang **tuldukan** ang dapat **tinapos** na niya noon at buksan ang dapat matagal na niyang **sinimulan**. Lumapit siya sa kinauupuan ni Jerson, ngunit bago pa niya natapos ang tanong na "kumusta ka," isang magandang babae ang lumapit sa kanila, hinagkan at niyakap nito si Jerson sabay sabi ng "kanina ka pa? Pasensya ka na nahuli ako."

Nabigla si Dana sa nakita. Ngunit mas nabigla at nasaktan siya sa narinig nang magsalita si Jerson. "Dana, si Cathy, ang aking asawa... Cathy, si Dana, ang aking dating kasintahan."

Hindi na nakapagsalita si Dana, nakatingin lang sa dalawa kaya't binasag ni Jerson ang katahimikan nang magpaalam kay Dana ng, "mauuna na kami ng asawa ko. Mag-iingat ka. Masaya akong makita ka."

Habang nakatingin sa mag-asawang naglalayo palakad sa kaniya, naisip ni Dana na natuldukan na ang kanilang relasyon, wala ng ikalawang pagkakataon, hindi na niya maibabalik ang sinayang niyang panahon. Lumabas siya ng restawran na puno ng labis na hinanakit at panghihinayang sa **pinakawalang** pag-ibig.

Buod ng Kwento

Ang limang taong pagsasama nila Jerson at Dana bilang magkasintahan ay biglang natuldukan nang tumanggi si Dana na magpakasal sa kasintahan. Si Jerson ay nag-alok ng kasal dalawang linggo bago umalis si Dana papuntang New York para mag-aral. Habang nasa ibang bansa, sinubukan ni Dana ang kumonektang muli kay Jerson dahil napagtanto niyang napakalaking pagkakamali ang iwanan siya. Makalipas ang limang taon, aksidenteng nagkita silang muli.

Summary of the story

Jerson and Dana's five-year relationship unexpectedly ended when Dana refused to marry Jerson. He proposed to her two weeks before she left for New York for further studies. While abroad, Dana tried to reconnect with Jerson because she realized it was a huge mistake to leave him. After five years of no communication, Dana accidentally bumped into Jerson.

Vocabulary

bandeha: tray
kumurap-kurap: blinked
makapaniwala: to believe
niloloko: cheating
serbidor: service crew in a restaurant
linisin: to clean
kumalat: spilled
lalapitan: to approach
tibok: beat
salamin: mirror
dati: previously
kaisa-isa: only
kalokohan: nonsense
nagmalaki: pride
harapin: to face; to confront
beses: times
nagtatago: hiding
sunod-sunod: continuously
hinahangaan: to admire
tipo: type
mapansin: to get the attention of
kulturang: culture
nanligaw: courted
malilimutan: to forget
sandaling: moment
tagapamahala ng kusina: chef
magdidisenyo: to design
lumalawak: to broaden
dumadami: to increase in numbers

pahusayin: to improve

nagsawa: to become tired of something; to find something as routine and unexciting

panlalamig: to feel cold towards

maitama: to correct

hikbi: sob

isang iglap: in a snap

napala: gained; achieved

tuldukan: to put an end to

tinapos: finished

sinimulan: to begin

pinakawalang: let off

Questions about the story

1. **Ano ang bumagsak mula sa mga kamay ni Dana dahil sa labis na pagkabigla?**

    a) bandeha ng pagkain

    b) bandehado ng pagkain

    c) sampung pagkain

    d) sandosenang pagkain

2. **Sino ang lumapit kay Dana upang linisin ang mga kumalat na pagkain?**

    a) Cathy

    b) Jerson

    c) Salvador

    d) Serbidor

3. **Saan pumunta si Dana upang mag-aral?**

    a) New Brunswick

    b) New England

    c) New Jersey

    d) New York

4. **Ano ang inalok ni Jerson na tinanggihan ni Dana?**

    a) kasal

    b) libro

    c) pagkain

    d) singsing

5. **Sino ang asawa ni Jerson?**

    e) Aurelia

    f) Cathy

g) Dana
h) Mirasol

Answers

1. A – tray of food
2. D – service crew in a restaurant
3. D – New York
4. A – wedding
5. B – Cathy

CHAPTER 19

PANGARAP NA BITUIN

"Hoy, nakatitig ka na naman diyan," **pang-aasar** ni Gerald sa matalik na kaibigang si Rona habang nanonood ng **paborito** niyang teleserye.

"Ano ba naman Gerald, **istorbo** ka talaga! Alam mo naman na pag oras ni Marco, oras ni Marco," naiinis na sagot ni Rona sa kaibigan.

Si Rona ay hindi lamang ordinaryong **tagahanga**, siya ay isang **panatiko** ni Marco, isang **sikat** na **artista** na **tinitilian** at **kinahuhumalingan** ng mga dalaga. Tunay kasi siyang **talentado** sa **pag-arte** at **pagkanta**, dagdag pa ang napakagwapong mukha na talaga namang **pinagkakaguluhan**. Maraming kababaihan ang nangangarap na mapansin man lamang ni Marco o kaya'y maging kasintahan niya, isa na rito si Rona.

"Ano pinapangarap mo na naman na magiging kasintahan at kalauna'y magiging asawa si Marco? Nahihibang ka na naman!" Patuloy na pang-aasar ni Gerald.

"Hindi naman imposible 'yon! Naalala mo? Noong binigay niya sa akin ang **kwintas** na 'to bago siya nagpunta ng Maynila, ano ang sabi niya? Isa akong espesyal na kaibigan!" Hindi **magpapatalo** ang sagot ni Rona.

Silang tatlo ay magkakamag-aral sa sekondarya. Hindi sila magkakaibigan, ngunit kahit papaano'y **nagbabatian**. Ngunit bago natapos ang ikatlong taon, si Marco ay lumuwas ng Maynila at doon na ipinagpatuloy ang pag-aaral. Dahil sa taglay na talento at kagwapuhan, **nadiskubre** siya at **kalaunan** ay naging sikat na artista. At siya na ngang iniidolo at tinitilian ngayon.

"Iyon ay kung **makakalapit** ka man lang sa kaniya o kaya ay makakausap mo man lang siya para ipaalala ang kwintas na 'yan o ipakilala ang iyong sarili sa kaniya. Baka nakakalimutan mo, "**chabelita**" ka dati," tumatawang sagot ni Gerald.

"Ah ganun! Bahala ka na nga sa buhay mo, sa kwarto na lang ako manonood, diyan ka na," sabay **tayo** sa pagkakaupo at talikod ni Rona kay Gerald.

Naging malapit sina Gerald at Rona sa isa't isa nang minsang **sinagip** ni Rona si Gerald sa pagkalunod. Ikaapat na taon nila noon sa sekondarya at nalalapit ang pagtatapos nang magdesisyon ang klase na magsagawa ng **iskursyon**. Ang lahat ay masaya at **abala**. **Nadulas** si Gerald sa isang **bato** habang **tumatawid** sa ilog, sa bilis ng agos ng tubig ay muntik na siyang nalunod. Mabuti na lamang at isang magaling na **manlalangoy** si Rona. Kinawit si Gerald gamit ang kaliwang kamay at ang kanan ay ginamit niya sa paglangoy. Habang lumalangoy papunta sa pampang, nakita ni Gerald ang isang maganda at matapang na babae. Doon nagsimulang mahulog ang loob niya kay Rona. Siguro noong una ay paghanga lang dahil sa katapangan at pagmamalasakit na ipinamalas para sa kaniya, ngunit kalaunan, natuklasan ni Gerald ang totoong pagkatao ni Rona na lalong nagpa ibig sa kaniya.

Habang lumalalim ang paghanga ni Gerald kay Rona ay siya namang paglalim ng paghanga ng dalaga kay Marco. Lalong **umiigting** ang pagnanais ng dalaga na muling makita at makausap ang dating kamag-aral.

"Sige na kasi, samahan mo na ako sa Maynila," **pagsusumamo** ni Rona kay Gerald.

"Bakit ba kasi **pinipilit** mo akong isama sa pagtatanghal ni Marco? Hindi naman niya ako tagahanga?" Diretsahang pagtanggi ni Gerald sa kaibigan. Ngunit sa kaniyang loob ay nais lamang niya talagang mapigilan ang pagkikita ng dalawa. Marahil ay dala ng takot na talagang magkakagustuhan sila sakaling magkita at magkausap.

"Sige na naman, alam mo naman na hindi ako **papayagang makaluwas** ng Maynila kung hindi ka kasama. Sa'yo lang may **tiwala** ang mga magulang ko," pangungulit pa rin ni Rona.

Katulad ng mga nakakaraan, hindi rin naman makakatanggi ng tuluyan si Gerald kay Rona. Sa huli, kasama pa rin siya ni Rona na sumakay ng bus papuntang Maynila. Matapos ang labindalawang oras ng **nakakapagod** na biyahe, narating ng magkaibigan ang **bahay-tuluyan**. Pinili talaga ni Rona ang bahay-tuluyan na malapit sa **pagdarausan** ng pagtatanghal. Nagbakasali kasi siya na doon din tutuloy si Marco. Dumating sila ng Maynila tatlong araw bago ang takdang araw ng pagtatanghal. Araw-araw ay nag-aabang sa **bulwagan** si Rona, nangangarap at nananalangin na makita si Marco. Habang si Gerald ay nananalangin na huwag sanang magkatagpo ang landas nina Marco at Rona.

Sa araw ng pagtatanghal ay maagang dumating sina Gerald at Rona. At dahil ang **pinakamalapit** na upuan ang binayaran ng dalaga, alam ni Gerald na magkikita at magkakausap na ang dalawa.

At dumating na ang pinakahihintay na oras ni Rona, at **pinakakinatatakutan** naman ni Gerald.

"Kumusta, Marco?" Nakangiti at kinikilig na bati ni Rona habang inaabot ang papapirmahan kay Marco.

"Mabuti naman. Ano'ng pangalan ang ilalagay ko dito?" Tanong naman ni Marco, walang bakas sa mukha na kilala niya ang kaharap.

"Ano ka ba? Hindi mo na ba ko nakikilala? Ako si Rona! Kaklase mo ako hanggang ikatlong taon sa sekondarya, binigay mo pa nga sa akin ang kwintas na ito bago ka umalis," sagot ni Rona habang pinapakita ang kwintas.

Napapailing si Marco habang nagsusulat ng **mensahe** para sa kaniyang tagahanga. Nakita niya ang pagtataka at pagtatanong sa mukha ni Rona kaya sinabi niyang, "ah... iyan ba? Ang totoo ay lahat ng kababaihan sa ating klase kahit ang ating guro ay binigyan ko niyan, hindi mo ba nabalitaan 'yon? Pasensya ka na pero sa totoo lang hindi na kita natatandaan o ang pangalan ng aking mga naging kamag-aral, halos labing-anim na taon na rin kasi ang nakakaraan."

Hindi nakasagot si Rona at tinitigan lang ang kausap, si Gerald naman ay natatawa na lang sa mga nakikita at naririnig, alam niyang ito na ang hudyat na pinakahihintay niya. Ang pagkabigo ni Rona sa hinahangaang artista ay pagkakataon niya upang **magpahayag** ng totoong nararamdaman.

"Maraming salamat sa pagpunta, sana ay magustuhan ninyo ang **pagtatanghal mamaya**," pagpapaalam ng artista.

Biglang hinawakan ni Rona ang kamay ni Gerald at inaya palabas ng pintuan, "halika na ayoko nang manood."

"Ha?" Nagtatakang tanong ng binata.

"Bakit ko ba ipagsisiksikan ang sarili ko sa isang taong hindi naman pala ako naaalala man lamang, kahit pangalan ko ay hindi na niya **matandaan**? Ngayon ay alam at tanggap ko na, hindi dahil gusto ko ay makukuha ko. Ayoko na sa kaniya, wala pala siyang kwentang tao, isa daw espesyal na kaibigan, lahat naman pala ng babae sa klase ay binigyan. Manloloko!" Naiinis na wika ni Rona.

Walang **kibo** si Gerald, ngunit magkahawak pa rin ang kamay nila ni Rona habang naglalakad palayo sa lugar ng pagtatanghal. Masayang-masaya ang pakiramdam niya dahil sa isip at puso niya, batid niyang nagising na rin sa katotohanan ang kanyang iniibig at sa wakas ay pinakawalan na rin ang pangarap na bituin.

Buod ng Kwento

Isa lamang si Rona sa mga panatiko ni Marco, isang sikat at talentadong artista at mang-aawit. Habang nangangarap si Rona na maging kasintahan ni Marco, ay siya namang pangangarap ni Gerald, matalik na kaibigan ni Rona na maging kasintahan siya. Suportado ni Gerald ang kaibigan at lihim lamang na minamahal ang kaibigan. Si Rona naman ay nag-iisip na lamang siya sa ibang tagahanga dahil sa kwintas na ibinigay ni Marco noong mga bata pa sila. Sila ay magkaklase sa sekondarya.

Summary of the story

Rona is one of the fans going crazy over Marco, a famous and talented artist and singer. While Rona dreams of becoming Marco's girlfriend, Gerald, Rona's best friend, dreams of having her as his girl. He is very supportive of his best friend and can only love her secretly. Rona thinks that he has an advantage over other fans who "aspire" to be Marco's girlfriend because of the necklace Marco gave her when they were young. They're secondary batchmates.

Vocabulary

pang-aasar: teasing
paborito: favorite
istorbo: to disturb
tagahanga: fan
panatiko: fanatic
sikat: famous
artista: artist
tinitilian: showing of extreme excitement through loud voice
kinahuhumalingan: obsession
talentado: talented
pag-arte: acting
pagkanta: singing
pinagkakaguluhan: mobbing
kwintas: necklace
magpapatalo: losing an argument
nagbabatian: greeting
nadiskubre: discovered
kalaunan: later on
makakalapit: to come near
chabelita: slang word used to refer to someone being chubby. Chabelita is a soap opera aired in the Philippines starred by a cute, chubby, little girl.
tayo: stood up
sinagip: saved
iskursyon: excursion
abala: busy
nadulas: slipped
bato: stone
tumatawid: crossing (verb)

manlalangoy: swimmer

umiigting: intensifying

pagsusumamo: pleading

pinipilit: insisting

papayagang: will approve of

makaluwas: to go from town to city

tiwala: trust (noun)

nakakapagod: tiring

bahay-tuluyan: hotel

pagdarausan: venue

bulwagan: lobby

pinakamalapit: nearest

pinakakinatatakutan: most scared of

napapailing: shaking of the head in denial or disapproval

mensahe: message

magpahayag: to express

pagtatanghal: show

mamaya: later

matandaan: to remember

kibo: breaking of silence

Questions about the story

1. **Sino ang sikat na artista?**

   a) Gerald

   b) Marco

   c) Rona

   d) Sandra

2. **Ano ang natanggap ni Rona bilang regalo sa pagiging espesyal niyang kaibigan?**

   a) kwintas

   b) kwitis

   c) sinaing

   d) singsing

3. **Sa anong pagkakataon sinagip ni Rona si Gerald?**

   a) pagkabulag

   b) pagkabulon

   c) pagkalunod

   d) pagkasundot

4. **Ilang oras ang naging biyahe nila Rona sa bus papuntang Maynila?**

   a) labindalawang oras

   b) labing-isang oras

   c) labinlimang oras

   d) labing-anim na oras

5. **Anong pangarap ang sa wakas ay pinakawalan ni Rona?**

   e) pangarap na basahin

   f) pangarap na batiin

g) pangarap na bilugin
h) pangarap na bituin

Answers

1. B – Marco
2. A – necklace
3. C – drowning
4. A – twelve hours
5. D – the star of one's dreams

CHAPTER 20

GUNITA NG KAHAPON

"Pana-panahon ang pagkakataon... Maibabalik ba ang kahapon? Natatandaan mo pa ba... Nang tayong dalawa ay unang nagkita? Panahon ng kamusmusan... Sa piling ng mga bulaklak at halaman... Doon tayo nagsimulang... Mangarap at tumula..."

Nang mabalitaang babalik mula sa Amerika at permanente nang maninirahan muli sa Pilipinas ang kaniyang **kababatang** si Diego ay hindi napigilan ni Jena na **patugtugin** ang **kanta** ni Noel Cabangon. Pakiramdam niya ay **awit** ng kaniyang buhay at pag-ibig ang tugtuging iyon. Hindi siya mapakali, ilang tanong ang **namuo** sa kaniyang isipan : "ano na kaya ang itsura niya ngayon?" "Makisig kaya ang kaniyang pangangatawan?" "Makikilala niya pa kaya ako?" "Marunong pa kaya siyang **magsalita** ng Tagalog?" "Magiging palagay kaya ang loob naman sa isa't isa tulad noon?"

May pananabik man siyang nararamdaman, puno rin ng takot ang kaniyang kalooban dala ng **alinlangan** sa kung ano ang matutuklasan. Alam niyang matagal ang lumipas na sampung taon, hindi na nga sila mga bata, malamang ay naiba na rin ang mga pangarap. Hindi niya alam kung papaano ang magiging takbo ng kanilang usapan. Ano kaya ang magiging **paksa** nila?

Magkasabay silang lumaki sa probinsya ng Bulacan, naglaro sa **kabukiran** at **putikan**, nagkwentuhan at nagtawanan sa **lilim** ng mga puno, **nagpalipas** ng oras sa **mahanging** paligid at tinamasa ang saya ng **kabataan** at kamusmusan.

*"Natatandaan mo pa ba... **Inukit** kong puso sa punong **mangga**... At ang **inalay** kong gumamela... Magkahawak-kamay sa **dalampasigan**... **Malayang** tulad ng mga **ibon**... Ang **gunita** ng ating kahapon..."*

Sampung taong gulang sila noong umalis si Diego papuntang Amerika. Sa murang isip, alam ni Jena na naramdaman na niya ang tamis at sakit ng unang pag-ibig. Mabilis ang tibok ng puso niya tuwing magkahawak-kamay sila ni Diego, parang ayaw na niyang bumitiw sa hawak. Alam niyang **namula** ang kaniyang mukha sa tuwing bibigyan siya ng pulang gumamela ni Diego, na matapos niyang **amuyin** ay gagawin nilang palobong laruan. Alam niyang masaya at panatag sila sa piling ng isa't isa, ngunit matinding sakit ang naramdaman niya nang nagpaalam si Diego, labis ang kaniyang pag-iyak nang yakapin siya ni Diego at bigkasin ang mga salitang, "paalam, **magsusulatan** tayo ha."

*"Ang mga puno't halaman... Ay **kabiyak** ng ating gunita...Sa **paglipas** ng panahon... Bakit kailangan ding lumisan?"*

Nang mga unang taon ng pagkakahiwalay ay nagkakasulatan pa sila ni Diego. Pinapaalam sa isa't isa ang mga detalye ng bagong mundong **ginagalawan**. Ngunit, natigil ang pagdating ng mga sulat makalipas ang tatlong taong regular na pagdating nito. Wala siyang nakuhang paliwanag o pamamamaalam. Kaya ngayong nabalitaan niyang darating si Diego, siya ay nag-aalinlangan kung kilala pa ba siya ng kaniyang kababata.

"Pana-panahon ang pagkakataon... Maibabalik ba ang kahapon..."

Natapos ang huling **nota** ng kanta ni Noel Cabangon... Hindi namalayan ni Jena na siya'y nakatulog habang nalulunod sa paggunita ng mga alaala at pag-iisip kung ano ang magiging reaksyon niya sa pagkikita nilang muli ni Diego.

Kinabukasan...

"Jena... Anak... Gising ka na, nandito ang pamilya ni Diego," marahang katok ng kaniyang ina.

Bumilis ang tibok ng puso niya nang marinig ang pangalan ni Diego, agad siyang bumangon, **naghilamos** at nagbihis.

Ngunit... Natigilan siya nang makitang **may kapansanan** na si Diego, nakaupo ito sa *wheelchair* at nakangiti sa kaniya.

"Kumusta ka, Jena?" wika ng malalim na **boses** ng binata.

"Ma... mabuti naman..." pautal-utal na nasagot ni Jena. Hindi niya alam kung ano ang tamang reaksyon. Natatakot din siyang magpakita ng naawang mukha. Iniwan sila ng kanilang mga magulang para makapag-usap.

Tahimik ang paligid... Alam ni Jena sa kaniyang sarili na siya'y nasasabik na marinig ang mga kwento ni Diego, ngunit hindi niya mahanap ang tamang salitang dapat sabihin sa binata.

Sa wakas ay **binasag** ni Diego ang **katahimikan**...

"Nagtataka ka siguro sa mga nakikita mo... Isang aksidente ang naging sanhi ng aking **pagkalumpo** pitong taon na ang nakakaraan..." panimulang paliwanag ng binata. Sa isip ni Jena ay nabuo ang "kaya pala hindi mo na ako sinulatan."

Nagpatuloy ang binata, "isang taon din akong nakahiga lang, ang totoo ay nawalan ako ng ganang mabuhay lalo nang sabihin ng doktor na hindi na ako makakalakad. Pinili ko ring huwag na kitang sulatan, hindi ko alam kung papaano sasabihin sa'yo ang aking pinagdaanan at kinahinatnan."

Puno ng atensyon ang pakikinig ni Jena. Alam niyang sa **kaibuturan** ng kaniyang puso ay nais niyang mapakinggan ang lahat ng sasabihin ni Diego.

"Ngunit sa tulong ng mga **dalubhasa**, unti-unti akong nakabangon sa pagkakalugmok. Nakapag-aral pa rin ako. Ngunit dahil sa aking kapansanan, napagdesisyunan namin ng aking mga magulang na magsimula nalang muli dito sa Pilipinas. Magtatayo na lang kami ng negosyo. Nag-aalala din kasi silang hindi ko kakayanin ang **makipagsabayan** sa Amerika. Ayoko rin naman, gusto kong balikan kung saan ko iniwan ang puso ko," may katapatang paghahayag ng binata.

Nakatitig sa mga mata ni Diego, patuloy ang pag-agos ng luha sa mga mata ni Jena. Patuloy na iniisip at **kinakapa** sa puso ang mga salitang dapat **bitiwan** sa harap ng binata.

*"Ngayon ikaw ay nagbalik... At tulad ko rin ang iyong pananabik... Makita ang dating **kanlungan**... Tahanan ng ating tula at pangarap...Ngayon ay naglaho na... Saan hahanapin pa?"*

Sa paghanap ng tamang salita, parang narinig ni Jena ang linya paborito niyang kanta. Hindi napigilan ang sarili, nilapitan at niyakap niya si Diego. Iyon ang kaniyang naging paraan para sabihin kay Diego na "nasasabik akong makita at makasama kang muli, nagbago man at nawala na ang ating dating kanlungan, nakahanda akong samahan kang tuklasin ang mga bukas na darating at paminsan-minsan ay balikan ang gunita ng ating kahapon..."

Buod ng Kwento

Makalipas ang sampung taong paninirahan sa ibang bansa, babalik na si Diego sa Pilipinas para permanenteng manirahan dito. Nasasabik at kinakabahan si Jena. Nasasabik siya sapagkat bumalik sa kaniyang alaala ang magagandang pinagsamahan nila noong sila'y mga bata at inosente pa. Ngunit sa pag-iisip ng dapat asahan at sabihin kay Diego sa muling pagkikita ay labis na nagpapakaba sa kaniya.

Summary of the story

After ten years of living abroad, Diego is coming back to permanently live in the Philippines. Jena is excited and nervous at the same time. She is excited because wonderful memories, she shared and spent with Diego when they were young and innocent, kept flowing in her mind. But thinking about what to expect and tell Diego makes her very nervous.

Vocabulary

pana-panahon: from time to time
pagkakataon: chance
maibabalik: to bring back
kahapon: yesterday
kamusmusan: innocence
bulaklak: flowers
halaman: plants
tumula: to recite a poem
kababata: childhood friend
patugtugin: to play a music
kanta: song
awit: theme song
namuo: formed
magsalita: to speak
alinlangan: doubt
paksa: topic
kabukiran: fields
putikan: muddy place
lilim: shade
nagpalipas: spent time
mahanging: windy
kabataan: youthfulness
inukit: carved
mangga: mango
inalay: offered
dalampasigan: seashore
malayang: free
ibon: bird
gunita: memory

namula: blushed

amuyin: to smell

magsusulatan: will write to each other

kabiyak: half

paglipas: passing

ginagalawan: place to move on

nota: note

naghilamos: washed the face

may kapansanan: handicapped

boses: voice

tahimik: quiet

binasag: to break

katahimikan: silence

pagkalumpo: paralyzed

kaibuturan: innermost

dalubhasa: expert

makipagsabayan: to go keep at pace

kinakapa: searching for

bitiwan: to let go

kanlungan: shelter

Questions about the story

1. **Saan daw nagsimulang mangarap at tumula?**

   a) Sa piling ng mga bulaklak at halaman.

   b) Sa piling ng mga bulak at pandayan.

   c) Sa piling ng mahanging paligid.

   d) Sa piling ng mga tanim at putik.

2. **Sino ang babalik mula sa Amerika?**

   a) Diego

   b) Jena

   c) Noel

   d) Pedro

3. **Saan inukit ang puso?**

   a) punong makopa

   b) punong mangga

   c) punong mansanas

   d) punong munggo

4. **Bakit natigilan si Jena nang makita si Diego?**

   a) Dahil si Diego ay may kapahiran.

   b) Dahil si Diego ay may kapalitan.

   c) Dahil si Diego ay may kapansanan.

   d) Dahil si Diego ay may kasamahan

5. **Sa huli, ano ang dating mayroon sila na nawala?**

   e) kandungan

   f) kanlungan

   g) kantahan

   h) kantuhan

Answers

1. A – In the presence of flowers and plants
2. A – Diego
3. B – mango tree
4. C – because Diego is handicapped
5. B – shelter

CONCLUSION

So, you've now read all of the stories in our Tagalog Short Stories for Beginners book! Well done! This means you've acquired a tremendous amount of new vocabulary covering a lot of different topics. Besides, you have also strengthened your understanding of Tagalog grammar, especially verbs and sentence structure, without even noticing it!

Never forget: learning a language doesn't *have* to be a boring activity if you find the proper way to do it. Hopefully, we've provided you with a hands-on, fun way to expand your knowledge in Tagalog and you can apply your lessons to future ventures. Feel free to use this book again when you need to go back to remembering vocabulary and expressions — in fact, we encourage it.

Here are some last golden tips to keep improving your Tagalog that will complement the progress you've already made by reading this book:

1. **Make use of the Internet and social media:** tackling an entire novel in Tagalog might be the next step for some, but if it isn't, don't despair! If you search for some Tagalog websites or social media channels (including YouTube) about subjects of your interest, you'll find that learning through language immersion is made much easier in the digital age.

2. **Find a language exchange partner:** the vast majority of Tagalog speakers speak another language and are often

actively trying to improve it. You can easily find a language exchange partner online who you can help with the knowledge of your native language. A classic win-win situation!

3. **Put your existing knowledge into practice:** learning by doing also goes for language learning. So, look for ways you can use the Tagalog you've amassed so far in practice by speaking or writing. It could be by writing blog posts, recipes, short stories, or talking about your life experiences and interests in Tagalog.

Believe in yourself and never be ashamed to make mistakes. Even the best can fall; it's those who get up that can achieve greatness! Take care!

P.S: Keep an eye out for more books like this one; we're not done teaching you Tagalog! Head over to www.LingoMastery.com and read our articles and sign up for our newsletter. We give away so much free stuff that will accelerate your Tagalog learning and you don't want to miss that!

Free Book Reveals the 6-Step Blueprint That Took Students **from Language Learners to Fluent in 3 Months**

- **6 Unbelievable Hacks** that will accelerate your learning curve

- **Mind Training:** why memorizing vocabulary is easy

- **One Hack to Rule Them All:** This <u>secret nugget</u> will blow you away...

Head over to **LingoMastery.com/hacks**
and claim your free book now!